இதயத்தை திருடுகிறாய்...

சிறுகதைகள்

ஜி.ஆர்.சுரேந்தர்நாத்

சிக்ஸ்த்சென்ஸ் பப்ளிகேஷன்ஸ்
10/2 (8/2) போலீஸ் குவார்ட்டர்ஸ் சாலை
(தியாகராயநகர் பேருந்து நிலையத்திற்கும் காவல் நிலையத்திற்கும் இடைப்பட்ட சாலை)
தியாகராயநகர், சென்னை – 600 017
Phone: 2434 2771, 65279654 Cell: 72000 50073
Sixthsense Publications 6 th sense_karthi
e-mail : sixthsensepub@yahoo.com
Website: sixthsensepublications.com

Title:
IDHAYATHAI THIRUDUGIRAI

Publisher
K.S. Pugalendi

Author:
G.R. SURENDARNATH

Managing Editor
P. Karthikeyan

Address:
Sixthsense Publications
10/2(8/2) Police Quarters Road,
(Between Thiyagaraya Nagar Bus Stop &
Police Station)
Thiyagaraya Nagar, Chennai - 17
Phone: 24342771, 65279654
Cell: **72**000 **50**073

Layout
M.Magesh

Sixthsense Publications
6 th sense_karthi
e-mail : sixthsensepub@yahoo.com
Website: sixthsensepublications.com

Edition:
First : **June, 2016**

Price : 120

No part of this book may be
reproduced or transmitted in any
form without permission in writing
from the author or publisher

நீங்கள் Smart Phone உபயோகிப்பவராக
இருந்தால் QR Code Reader Application மூலம்
இதை Scan செய்தால் நேரடியாக எமது
இணையதளத்திற்கு சென்று மேலும் எங்கள்
வெளியீடுகள் பற்றிய விவரங்களைப் பெறலாம்.

ISBN : 978-93-83067-59-6

தலைப்பு : **இதயத்தை திருடுகிறாய்**
நூலாசிரியர் : **ஜி.ஆர்.சுரேந்தர்நாத்**
பக்கங்கள் : 128
விலை : ரூ.120
முதற்பதிப்பு : ஜூன், 2016

சிக்ஸ்த்சென்ஸ் பப்ளிகேஷன்ஸ்
10/2 (8/2) போலீஸ் குவார்ட்டர்ஸ் சாலை
(தியாகராயநகர் பேருந்து நிலையத்திற்கும் காவல்
நிலையத்திற்கும் இடைப்பட்ட சாலை)
தியாகராயநகர், சென்னை – 600 017
தொலைபேசி : 24342771, 65279654.
கைபேசி : **72**000 **50**073
மின்னஞ்சல் : sixthsensepub@yahoo.com

இந்தப் புத்தகத்திலுள்ள எந்த ஒரு
பகுதியையும் பதிப்பாளர் மற்றும்
எழுத்தாளர் அனுமதியை எழுத்து மூலம்
பெறாமல் பதிப்பிக்கக் கூடாது.

முன்னுரை

இதயத்தை திருடுகிறவர்கள் யார்?

பூக்கள் உதிரும் மரத்தடியில், பூக்களை மிதிக்காமல் இருப்பதற்காக, நுனிக்காலால் நடந்துச் செல்லும் இளம்பெண், உங்கள் இதயத்தை திருடலாம். ஒரு டிசம்பர் மாத பனிக் காலையில், பச்சைத் தண்ணீரை தலையில் ஊற்றிக் குளித்துவிட்டு, பற்கள் வெடவெடக்க, "ஊ... எ... ன்... னா... கு... ளி... ரு?" என்று கேட்ட பெண், உங்கள் இதயத்தை திருடலாம். ஒரு மழைக்கால மாலையில், மொட்டைமாடிப் பள்ளத்தில் தேங்கியிருந்த நீரைப் பார்த்து, நெற்றிப்பொட்டை சரிசெய்துகொண்ட பெண் உங்கள் இதயத்தை திருடலாம். கூட்ட மிகுதியால் உள்ளே நுழையமுடியாத கோயில் வாசலில், உள்ளங்கை வியர்வையில் நனைந்த குங்குமத்தை நீட்டிய பெண்ணும் உங்கள் இதயத்தை திருடலாம். உங்கள் கால் விரலில் ஸ்கூட்டியின் இரண்டு சக்கரத்தையும் ஏற்றி இறக்கி, எலும்பை முறித்த பெண்ணும் உங்கள் இதயத்தை திருடலாம்.

அடுத்து... இதயத்தை திருடும் ஆண்களைப் பற்றி எழுதவேண்டும். ஆனால் அதுதான் பிரச்னை. ஒரு ஆண் எழுத்தாளருக்கு மிகவும் கடினமான காரியம்... ஆணை வர்ணித்து எழுதுவதுதான். எனவே அடுத்த ஜென்மத்தில் பெண்ணாய் பிறந்து, ஆண்களைப் பற்றி எழுதுகிறேன்.

இத்தொகுப்பில் உள்ள சரிபாதி கதைகள், இதயத்தை திருடியவர்களின் காதல் கதைகள். இதில் மிகவும் முக்கியமாக குறிப்பிடவேண்டிய கதை, ஆனந்த விகடனில் பிரசுரமான 'நீ பார்த்த பார்வைக்கொரு நன்றி'. இந்த கதையைப் படித்துவிட்டு பலரும் என்னை தொலைபேசியில் அழைத்து பாராட்டினர். குறிப்பாக இசைஞானி இளையராஜாவின் இசைக்குழுவில் 12 ஆண்டுகள் வாத்திய இசைக்கலைஞராக இருந்த ராஜ் என்பவர், இக்கதையைப் பாராட்டி, நெடுநேரம் என்னுடன் தொலைபேசியில் பேசினார். மிகவும் உணர்ச்சி வசப்பட்டு பேசிக்கொண்டிருந்தவர், நடுவில் தொண்டை அடைத்து, பேசமுடியாமல், தழுதழுத்து போனை வைத்துவிட்டார். ஒரு நிமிடம் கழித்து மீண்டும் ஃபோன் செய்து, "என்னால பேசமுடியல சார்..." என்று கூறியது... இன்னும் என் காதுகளில் ஒலித்துக்கொண்டேயிருக்கிறது.

எனக்கு முன் பின் தெரியாத ராஜ் போன்ற நண்பர்களின், இது போன்ற எதிர்வினைகள், எனக்கு எல்லையில்லா நெகிழ்ச்சியை அளிக்கிறது. அவர் அனுப்பிய எஸ்.எம்.எஸ்ஸை ஒரு பொக்கிஷம் போல் இன்னும் பத்திரமாக வைத்திருக்கிறேன். இவ்வாறு தொடர்ந்து எழுதுவதற்கான உற்சாகத்தை எனக்கு அளிக்கும் ராஜ் போன்ற நண்பர்கள் வாழும் திசை நோக்கி மானசீகமாக வணங்குகிறேன்.

இப்புத்தகம் வெளிவரும் இத்தருணத்தில், இத்தொகுப்பிலுள்ள எனது சிறுகதைகளை பிரசுரித்த ஆனந்தவிகடன், கல்கி, தினமணிக்கதிர் ஆகிய வார இதழ்கள் மற்றும் உயிரோசை இணைய இதழின் ஆசிரியர் குழுவினருக்கு எனது இதயபூர்வமான நன்றியைத் தெரிவித்துக்கொள்கிறேன்.

மேலும் கடந்த பத்தாண்டுகளுக்கும் மேலாக, எனது புத்தகங்களை தொடர்ந்து பதிப்பித்து வரும் சிக்ஸ்த் சென்ஸ் பதிப்பக உரிமையாளர் திரு. கே. எஸ். புகழேந்தி அவர்களுக்கும், சிக்ஸ்த் சென்ஸ் பதிப்பகத்தின் மேனேஜிங் எடிட்டர் தம்பி பி. கார்த்திகேயனுக்கும், அட்டைப்படத்தை அழகுற வடிவமைத்த விஜயனுக்கும், லேஅவுட் ஆர்ட்டிஸ்ட் மகேஷுக்கும் எனது மனமார்ந்த நன்றிகள்.

சிநேகத்துடன்
சுரேந்தர்நாத்.

24.5.2016
சென்னை 28
grsnath71@gmail.com

மதிப்புரை

இந்தப் புத்தகம், சிக்ஸ்த் சென்ஸ் பதிப்பகத்தால் வெளியிடப்படும் ஜி.ஆர். சுரேந்தர்நாத்தின் பதிமூன்றாவது புத்தகம். நான் நண்பர் சுரேந்தர்நாத்தின் கதைகளை தொடர்ந்து வெளியிடுவதற்கான முக்கிய காரணம்... பெரும்பாலான வாசகர்கள் வாசிப்பதற்கு ஏற்றாற்போல், எளிமையாக, சுவாரஸ்யமாக எழுதும் சுரேந்தர்நாத் போன்ற எழுத்தாளர்கள் பலராலும் படிக்கப்படவேண்டும் என்று நினைக்கிறேன்.

சுரேந்தர்நாத்தின் கதைகளைப் படிக்க ஆரம்பித்தால், விறுவிறுவென்று ஒரே மூச்சில் படித்துவிடலாம். எனவே ஒரு பதிப்பாளன் என்ற முறையில், நான் சுரேந்தர்நாத்தின் கதைகளை தொடர்ந்து வெளியிட்டு வருகிறேன். என் எதிர்பார்ப்பை பூர்த்தி செய்யும் விதமாக, சுரேந்தர்நாத்தும் தொடர்ந்து சிறப்பாக எழுதி வருகிறார்.

இத்தொகுப்பில் எனக்கு மிகவும் பிடித்த கதை ஆனந்த விகடனில் வெளியான 'ஒரு செல்லக்கதை'. நெடுநாள் கழித்து நான் மிகவும், ரசித்து, சிரித்துப் படித்த அற்புதமான நகைச்சுவைக் கதை. மேலும் புகழ்பெற்ற திரைப்படப் பாடல்களான 'என் இனிய பொன்நிலாவே...', 'நீ பார்த்த பார்வைக்கொரு நன்றி' போன்ற பாடல்களை மையமாகக் கொண்டு எழுதியுள்ள கதைகள், தமிழுக்கு புதிது. வாசிக்கவும் இனிது. அதே போல் முழுக்க முழுக்க 'விண்ணைத் தாண்டி வருவாயா?' திரைப்படத்தை மையமாகக் கொண்டு எழுதியுள்ள கதையும் சிறப்பாக உள்ளது. இத்தொகுப்பிலுள்ள பெரும்பாலான கதைகளை நாம் புன்னகையோடு படித்தாலும், பெண்-2014, பிழைத்திருத்தம், வெல்லவேட்டை போன்ற கதைகள் வாழ்க்கையின் வலியையும் சொல்கிறது.

சுரேந்தர்நாத் மேலும் சிறந்து வளர என் அன்பான வாழ்த்துகள்...

அன்புடன்

கே.எஸ்.புகழேந்தி

நன்றி

ஆனந்த விகடன்
கல்கி
தினமணிக் கதிர்
உயிரோசை இணைய இதழ்

நட்புடன்
பரணிக்கு

உள்ளே

ஒரு செல்லக்கதை 09
20 நீ பார்த்த பார்வைக்கொரு நன்றி
பெண் - 2014 36
43 இதயத்தை திருடுகிறாய்
வெல்ல வேட்டை 57
69 விண்ணைத் தாண்டி வருவாயா?
பிழைத் திருத்தம் 79
85 என் இனிய பொன்நிலாவே...
a விநாயக சதுர்த்தி by 94
முதல் முத்தம் 103
110 ஆண்?
பொன்னி 119

01

ஒரு செல்லக்கதை

செல்லதுரை மிகவும் தெளிவாக, எவ்விதப் பதட்டமுமின்றி, சந்தோஷமாக, முகமலர்ச்சியுடன் இருப்பதைப் பார்த்தால் அவனுக்கு இன்னும் திருமணமாகவில்லை என்று தெரிந்துவிட்டது. இருப்பினும் கன்ஃபர்ம் செய்துகொள்ளலாம் என்று, ''உங்களுக்கு கல்யாணமாயிடுச்சா?'' என்று கேட்டேன். ''இன்னும் இல்லங்க...'' என்று வருத்தமாகச் சொன்ன செல்லதுரையை நாங்கள் பொறாமையுடன் பார்த்ததில் இருந்தே, எங்களுக்கு திருமணமாகிவிட்டதை நீங்கள் அறிந்துகொள்ளலாம். 'நாங்கள்' என்றால் மனோஜாகிய நான் மற்றும் திலீப்.

நானும், திலீப்பும் சென்னையில் ஒரு ஸாஃப்ட்வேர் கம்பெனியில் டீம் லீடராக இருக்கிறோம். இருவருக்கும் திருமணமாகி, ஐந்தாறு வருடங்கள் ஆகிறது. திருமண பந்தத்தைத் தொடர்ந்து காப்பாற்ற மனைவியிடம் நிறைய பொய்கள் சொல்லவேண்டியிருக்கிறது.

''இன்னைக்கி சாம்பார் சூப்பரா இருந்துச்சு''

''உன் ஃப்ரெண்ட்ஸ்ங்க ஒருத்தி கூட அழகா இல்ல''

''இப்ப நான் ஒரு மீட்டிங்ல இருக்கேன். அப்புறம் ஃபோன் பண்றேன்''

''இந்த ட்ரெஸ்ல நீ ரொம்ப அழகா இருக்க''

''வீட்டுக்கு கிளம்பிகிட்டேயிருக்கேன்''

எவ்வளவு பொய்கள்? எவ்வளவு பொய்கள்? இரண்டு நாட்கள் பொய்யிலிருந்து விடுபட நினைத்தோம். ஆஃபிஸ் வேலையாக பெங்களூர் செல்கிறோம் என்று கடைசியாக ஒரு பொய்யைச் சொல்லிவிட்டு பாண்டிச்சேரி வந்திருக்கிறோம்.

செல்லதுரையை நாங்கள் இப்போதுதான் முதன்முதலாக சந்திக்கிறோம். செல்லதுரை, எங்கள் கம்பெனி ப்ராஜக்ட் மேனேஜர் வினோத்தின் நண்பன். நாங்கள் பாண்டிச்சேரி செல்கிறோம் என்று சொன்னவுடன் வினோத், ''என் ஃப்ரண்டு செல்லதுரை பாண்டிலதான் சிவில் எஞ்சினியரா இருக்கான். நான் அவன்கிட்ட சொல்றேன். உங்க கூடவே இருந்து கவனிச்சுப்பான்'' என்று அனுப்பி வைத்தான். இதோ எங்கள் முன்னால் செல்லதுரை.

''பொண்ணு பாத்துட்டிருக்காங்களா?'' என்றேன் செல்லதுரையிடம்.

''ஆமாம். கூடிய சீக்கிரம் முடிஞ்சிடும்னு நினைக்கிறேன்''

''ஓகே. ஆல் தி பெஸ்ட். சீனியர்ங்கிற முறைல ஒரு அட்வைஸ் சொல்லலாமா?''

''சொல்லுங்க''

''கல்யாணமான புதுசுல உங்க ஒய்ஃபு உங்கள்ட்ட கொஞ்சலா 'என்னங்க குக்கர்ல ஆவி வருதான்னு பாத்து விசிலப் போடுங்கன்னு சொல்வாங்க. உடனே நீங்க புதுக்கல்யாண மோகத்துல குடுகுடுன்னு ஓடிப்போய் விசிலப் போட்டீங்கன்னு வச்சுக்குங்க. அவ்வளவுதான். அப்புறம் சாவுற வரைக்கும் நீங்கதான் அந்த விசிலப் போடணும்'' என்றேன் திலீப்பைப் பார்த்தபடி.

''அந்த விசில் பார்ட்டி நான்தான்'' என்றபடி திலீப் மொட்டை மாடித் தரையில் டாஸ்மாக்கை விரித்தான். ஊற்றிக் கொடுத்தான். முதல் ரவுண்டில் ''ஊத்துங்க சார்...'' என்ற செல்லதுரை, இரண்டாவது ரவுண்டிலேயே ''ஊத்து மச்சி... இப்ப நான் பரவச நிலைய அடைஞ்சுகிட்டிருக்கேன்'' என்றான்.

அரைப்பரவச நிலையிலிருந்த திலீப் செல்லதுரையை நோக்கி, "முதல் சந்திப்பிலேயே தண்ணியடிக்கிற ஃப்ரண்ட்ஸ், முன் ஜென்மத்துல அண்ணன், தம்பியா பிறந்திருப்பாங்கன்னு

சொல்வாங்க. இனிமே நீ செல்லதுரை கிடையாது. என் செல்லம் நீ'' என்றான்.

''உனக்கும் ஏறிடுச்சாடா. இன்னைக்கு நான் செத்தேன்'' என்றபடி எழுந்தேன். மொட்டைமாடியிலிருந்து அரை நிலா வெளிச்சத்தில் மெல்லிய போதையில் தெரிந்த கடற்கரை மகா அற்புதமாக இருந்தது. மனைவி, பிள்ளைகளை விட்டுவிட்டு நாம் மட்டும் சந்தோஷமாக இருக்கிறோம் என்று மனதில் ஒரு குற்ற உணர்ச்சி. எனவே என் மனைவி கவிதாவுக்கு, ''ஐ லவ் யூ'' என்று ஒரு எஸ்எம்எஸ் அனுப்பிவிட்டு நிமிர்ந்தபோது என் கையிலிருந்து மொபைல் பிடுங்கப்பட்டது. திலீப்தான் பிடுங்கியிருந்தான்.

''எங்கள தனியா விட்டுட்டு, நீ என்னா மொபைல நோண்டிகிட்டு...'' என்று மொபைலைப் பார்த்தான். அதில், ''மெஸேஜ் ஸென்ட்...'' என்று வந்தது.

''யாருக்கு இந்த நேரத்துல மெஸேஜ் அனுப்புற?' என்றபடி மெசேஜைப் பார்த்தான். அடுத்த வினாடி ''உனக்கு வெக்கமா இல்ல?'' என்றான்.

''என்ன திலீப்?'' என்று எழுந்து வந்தான் செல்லதுரை.

ஐ லவ் யூன்னு மெசேஜ் அனுப்பிகிட்டிருக்கான் செல்லம்''

''அநியாயமா இருக்கே. கல்யாணம் பண்ணிட்டு, இன்னொரு பெண்ணுக்கு ஐ லவ் யூன்னு எஸ்எம்எஸ் அனுப்பலாமா?'' என்றான்.

''இன்னொரு பொண்ணுக்கில்ல செல்லம். வெளிய சொல்லவே அசிங்கமா இருக்கு. தாலி கட்டின பொண்டாட்டிக்குப் போய் ஐ லவ் யூன்னு மெசேஜ் அனுப்பியிருக்கான்'' என்ற திலீப்பின் குரலில் நிறை போதை ததும்பி வழிந்துகொண்டிருந்தது.

''ஒய்ஃபுக்குதானே... விடு மச்சி...'' என்றான் செல்லம்.

''அதெப்படி விட முடியும். உனக்கு கல்யாணமாகி எத்தனை வருஷம்டா ஆவுது?'' என்றான் திலீப் என்னிடம்.

''ஆறு வருஷம்...'' என்றேன்.

''கல்யாணமாகி ஆறு வருஷம் ஆன பொண்டாட்டிக்குப் போய் யாராச்சும் ஐ லவ் யூன்னு மெஸேஜ் அனுப்புவாங்களா?''

''ஆபிஸ் வேலைன்னு பொய் சொல்லிட்டு வந்துருக்கோம். ரொம்ப அழகான இடம். ஒய்ஃப மிஸ் பண்ற மாதிரி ஒரு ஃபீலிங்... அதான்.''

''ஏன் எனக்கு பொண்டாட்டி இல்லையா?'' என்று அடுத்த ரவுண்டை கடகடவென்று அடித்து முடித்த திலீப்பின் முகத்தில் போதை தாண்டவமாடியது.

''செல்லம்... நீதான் இதக் கேக்கணும். கல்யாணமாயி இப்ப வந்தவளுக்கு ஐ லவ் யூன்னு எஸ்எம்ஸ் அனுப்புறான். நானும் இவனும் பத்து வருஷமா ஃப்ரண்ட்ஸ். இன்னைய வரைக்கும் எனக்கு ஐ லவ் யூன்னு மெசேஜ் அனுப்பியிருக்கானான்னு நீயே கேளு''

திலீப்புக்கு மேல் போதையிலிருந்த செல்லம், ''ஏன் மச்சி... அனுப்பியிருக்கியா?'' என்றான்.

''டேய்... லூசு மாதிரி பேசாதடா...''

''இவ்ளோ நாள் அனுப்பலன்னா பரவால்ல. இப்ப திலீப்புக்கு ஐ லவ் யூன்னு எஸ்.எம்.எஸ். அனுப்பு''

''சீ... போடா''

''சரி... எனக்கு வேண்டாம். நம்ம செல்லத்துக்கு அனுப்பு...'' என்றான் திலீப்.

செல்லம் என் தோளை அணைத்தபடி, ''குறைந்த காலத்தில் நெருங்கிப் பழகிய நண்பா, திலீப் சொன்ன மாதிரி நீ எனக்கு ஐ லவ் யூன்னு எஸ்எம்எஸ் அனுப்பு...'' என்றான். நான் அடுத்த ரவுண்டை அடித்தபடி, ''இல்ல செல்லம்... அது வந்து... ஓஃய்புக்கு மட்டும்தான் ஐ லவ் யூ சொல்வேன். ஸாரி...'' என்றேன்.

செல்லதுரை, ''சரி... நீ ஐ லவ் யூ சொல்லலன்னாலும் பரவாயில்லை. நான் தண்ணியடிச்சன்னா ஃப்ரண்ட்ஸ்ங்களுக்கு கன்னத்துல முத்தம் தருவேன். அதையாச்சும் வாங்கிக்குவியா?" என்றான்.

நான் சிரித்தபடி, ''சரி... கொடு...'' என்றேன். கொடுத்தான். ''திலீப்...'' என்று திலீப்பை அழைத்து அவனுக்கும் முத்தம் கொடுத்தான். என் மடியில் படுத்துக்கொண்டு, ''உன்னோடிருந்த ஒவ்வொரு மணித்துளியும், மரணப்படுக்கையிலும் மறக்காதடா மனோஜ்...'' என்று செல்லம் வைரமுத்துவின் கவிதை கூற... நான் சத்தமாக சிரித்தேன்.

''இன்னும் எத்தனைக் கோடி இன்பம் வைத்தாய் இறைவா?'' என்று செல்லம் வானத்தை நோக்கி வணங்க... நான் ''டேய்... இவன் அலம்பல் தாங்க முடியலையேடா'' என்றேன்.

''செமையா கம்பெனிக் கொடுக்கிறான்''

மறுநாள் இரவு நாங்கள் பாண்டிச்சேரியில் பஸ் ஏறும் வரையிலும் நன்கு கம்பெனி கொடுத்தான். செல்லத்தின் அலம்பலால் நாள் முழுவதும் சிரிப்பு. பஸ் புறப்பட்டவுடன் செல்லம் கையசைத்தபடி பின்னால் நகர... சட்டென்று மனதில் ஒரு பாரம். பஸ் ஏறுவதற்கு முன்பும் தண்ணி அடித்துவிட்டுதான் ஏறியிருந்தோம். எனவே போதையில் செல்லதுரை மீது பாசம் பெருக்கெடுத்தது. அவ்வளவு கேட்டும் அவனுக்கு கடைசி வரையிலும் "ஐ லவ் யூ'' என்று மெஸேஜ் அனுப்பாமலே வந்தது வருத்தமாக இருந்தது. மொபைலை எடுத்து தமிழில் எஸ்எம்எஸ்ஸை தட்ட ஆரம்பித்தேன்.

''பாண்டிச்சேரியில் உன்னோடு நானிருந்த ஒவ்வொரு மணித்துளியும் மரணப்படுக்கையிலும் மறக்காதடா செல்லமே. ஐ லவ் யூ செல்லம்'' என்று டைப்படித்து செல்லத்துக்கு அனுப்பிவிட்டு அதிர்ச்சியுடன் "ஆ...'' என்று கத்தினேன்.

''என்னாச்சுடா?'' என்றான் திலீப்.

''செல்லத்துக்கு ஐ லவ் யூன்னு மெசேஜ் அனுப்பினேன்.''

''அதுக்கென்ன? அவன்தான் கேட்டுகிட்டிருந்தானே...''

''அய்யோ... அதில்லடா. எஸ்எம்எஸ்ஸ அவனுக்கு அனுப் பறதுக்கு பதில், என் ஒய்ஃபுக்கு அனுப்பிட்டேன்...''

''எப்படிரா?''

''என் ஒய்ஃப் நம்பர செல்லம்ன்னுதான் ஸேவ் பண்ணி வச்சுருக்கேன். இவன் நம்பர செல்லம் 2-ன்னு ஸேவ் பண்ணி வச்சிருந்தேன். போதைல செல்லம் 2-க்கு அனுப்பறதுக்கு பதிலா, என் ஒய்ஃபுக்கு அனுப்பிட்டேன்.''

''பரவால்ல விடு... ஐ லவ் யூன்னுதானே அனுப்பின?''

''அது மட்டும் இருந்தா பரவால்லடா...'' என்ற நான் எஸ்எம்எஸ்ஸை திலீப்பிடம் காட்டினேன், ''பாண்டிச்சேரியில் உன்னோடு நானிருந்த ஒவ்வொரு மணித்துளியும் மரணப் படுக்கையிலும் மறக்காதடா செல்லமே... ஐ லவ் யூ செல்லம்...'' என்று வாய்விட்டு படித்த திலீப் என்னை திகிலுடன் பார்த்தான்.

''வாய்ல இருந்து வந்த சொல்லையும், செல்லுல இருந்து அனுப்பின எஸ்எம்எஸ்ஸையும் திருப்பி வாபஸ் வாங்கவே முடியாது. நீ செத்தடி...'' என்றான் திலீப். அப்போது என்

மனைவியிடமிருந்து கால் வர... நான் பீதியுடன் மொபைலை நோக்கினேன். அடித்த அத்தனை போதையும் இறங்கிவிட்டது.

''என்ன மச்சி பண்றது?''

''ஃபோன எடுத்துப் பேசுடா...''

நான் ஃபோனை எடுத்தவுடனேயே எனது மனைவி அழும் சத்தம் கேட்டது. ''கவி...'' என்று நான் ஆரம்பிக்க, ''உண்மையச் சொல்லுங்க. இப்ப எந்த ஊருலருந்து வர்றீங்க?'' என்றாள். ஒன்றும் செய்யமுடியாது. நானே எஸ்எம்எஸ்ஸில் ஒப்புதல் வாக்குமூலம் அளித்திருக்கிறேன். ''அது வந்து கவி... நான் நேர்ல சொல்றேன்..'' என்றேன்.

''எங்கருந்து வர்றீங்கன்னு மட்டும் சொல்லுங்க...''

''பாண்டிச்சேரி...'' என்றவுடன் சட்டென்று ஃபோன் கட்டானது. நான் மீண்டும் ஃபோனை போட... ஃபோன் ஸ்விட்ச்ட் ஆஃப்.

''மத்த விவரம்ல்லாம் தெரியலன்னாலும், இதை மட்டும், வேற யாருக்கோ அனுப்பவேண்டிய மெஸேஜ நமக்கு அனுப்பிட்டான்னு கண்டுபிடிச்சுட்டா. இப்ப என்னடா பண்றது?''

''ஆளையும் மூஞ்சியும் பாரு. அனுப்புறது அனுப்புன. சும்மா ஐ லவ் யூன்னு அனுப்பாம... டயலாக் வேற.''

''பாவம்டா. கிராமத்து அப்பாவிப் பொண்ணு. ரொம்ப டென்ஷனாயிடுவா''

''அவங்கள விடு. உன் ஒய்ஃபோட அண்ணனுங்க உன்ன டின்னு கட்டப் போறானுங்க'' என்றவுடன் நான் பேய் முழி முழித்தேன்.

கவிதாவுக்கு இரண்டு அண்ணன்கள். ஒருத்தன் 'பாசமலர்' சிவாஜி என்றால், இன்னொருத்தன் 'என் தங்கை கல்யாணி' டி. ராஜேந்தர். அதுவும் பெரிய அண்ணன் போலீசில் பெரிய போஸ்ட்டில் இருக்கிறான். ''சாப்புடுங்க மாப்ள...'' என்பதையே, ''ஓங்கி ஒரு அறைவிட்டன்னா...'' என்பது போல் விறைப்பாகத்தான் பேசுவான். இன்னொரு அண்ணன் சும்மா சும்மா, ''என் தங்கச்சி...'' என்று சென்டிமென்ட்டாக பேசி கண்ணீர் வடிப்பான்.

திருமணம் முடிந்து கவிதாவை நான் அழைத்துக்கொண்டு கிளம்பியபோது, இருவரும் அழுது தீர்த்துவிட்டார்கள். அதுவும்

சின்ன அண்ணன், எங்கள் கார் கிளம்பிய பிறகும் கார் ஜன்னலில் தலையை நீட்டி அழுதபடி, சிறிது தூரம் தொங்கிக்கொண்டே வந்து, அவன் வேட்டி அவிழ்ந்த பிறகுதான் இறங்கினான். எனக்கு இப்போது கவிதாவை விட, அவள் அண்ணன்களை நினைத்தால்தான் திகிலாக இருந்தது.

மறுநாள் விடியற்காலை. நான் வீட்டை அடைந்து காலிங்பெல்லை அடித்தேன். கதவு திறக்கப்பட... நான் அதிர்ந்தேன். கதவைத் திறந்தது... கவிதாவின் போலீஸ் அண்ணன் கணேஷ். இன்ட்ரோகேஷன் ஸ்பெஷலிஸ்ட் என்று டிபார்ட்மெனட்டில் பெயர். தீவிரவாதிகள், ரௌடிகள் என்று அனைவரையும் விசாரிக்க இவரைத்தான் அழைப்பார்கள்.

நான் உள்ளே நுழைய... மேலும் அதிர்ச்சி.

வீட்டில் கவிதாவின் அப்பா, அம்மா, சின்ன அண்ணன், அண்ணிகள், சித்தப்பா, சித்தி, கவிதாவின் பாட்டி என்று ஒரு படையே உட்கார்ந்திருந்தது. நடுவில் கவிதா தலைமுடியை விரித்துப் போட்டுக்கொண்டு, அழுதழுது வீங்கிய கண்களுடன் அமர்ந்திருந்தாள். நல்லவேளையாக என் இரண்டு மகள்களும் ஓரமாகப் படுத்து தூங்கிக்கொண்டிருந்தார்கள்.

என்னைப் பார்த்தவுடன் கவிதா, இழவு வீட்டில் முக்கிய உறவினர்கள் வந்தவுடன், திடீரென்று குரல் உயர்த்தி அழுவார்கள் தெரியுமா? அது போல் சத்தமாக அழுதபடி, ''இவ்ளோ பெரிய துரோகத்த பண்ணிட்டு, எப்படிண்ணன் வீட்டுக்கு வர மனசு வந்துச்சு?'' என்றாள் தன் சின்னண்ணன் குமாரை நோக்கி.

குமார் தன் கண்களில், உலகிலுள்ள அத்தனை அண்ணன்களின் சோகத்தையும் சுமந்தபடி, ''அய்யோ... ரோஜாப்பூவ வளர்த்து ஆசிட்ல போட்டுட்டோமே அம்மா...'' என்றான். திருதிருவென்று விழித்த கவி, ''யாரு ரோஜா? என்ன ரோஜா'' என்றாள்.

''அடிப்பாவி மவளே... இப்படி ஒரு விபரமும் தெரியாம, சிரிச்சு கிட்டே புருஷன சக்களத்தி வீட்டுக்கு அனுப்பி வச்சிருக்கியே'' என்றாள் கவிதாவின் அம்மா. அதற்கு கவிதாவின் பாட்டி, ''கண்ணு கவி... உங்கம்மாதான் இப்படி புருஷன்கிட்ட ஏமாந்தான்னா, நீயும் அப்படியே வந்து பிறந்திருக்கியே...'' என்று உணர்ச்சி வசப்பட்டு தடாலடியாக ஒரு குண்டைத் தூக்கிப் போட... அத்தனை பேரும் அமைதியானோம்.

நான் என் மாமனாரைப் பார்த்தேன். அவர் சட்டென்று தலையைக் குனிந்துகொண்டு விரலை நீட்டி ஏதோ கணக்கு போட்டார். என்ன கணக்கு? சக்களத்திகள் எண்ணிக்கையா? இந்த சமயத்தில் ஏனோ தெரியவில்லை... கவிதாவின் சித்தப்பா நைஸாக எழுந்து வெளியே சென்றார். இவரும் நிச்சயமாக செகண்ட் இன்னிங்ஸ் ஆடியிருக்கிறார். நான் மனதிற்குள், ''அடப்பாவிகளா... அயோக்கிய பசங்கள்லாம் கமுக்கமா மேட்டர முடிச்சுகிட்டு, யோக்கியன் மாதிரியே வந்து உக்காந்துருக்கீங்களேடா...'' என்று புலம்பினேன்.

''கவி... நான் சொல்றதக் கொஞ்சம் கேக்குறியா?'' என்றேன்.

''இனிமே என்ன கேக்குறதுக்கு இருக்கு. அதான் எஸ்எம் எஸ்லயே தெளிவா சொல்லிட்டீங்களே...''

''கவிதா... நான் பெங்களூர் போனன்னு சொன்னது பொய்தான். ஆனா பாண்டிச்சேரி போனது நாங்க தண்ணியடிக்கத்தான்...'' என்று ஆரம்பித்தேன். அவ்வளவுதான். என் மனைவி ஒரு மனித வெடிகுண்டைப் பார்ப்பது போல் பயங்கர அதிர்ச்சியுடன் என்னைப் பார்த்தாள்.

''முத ராத்திரியன்னிக்கு, நான் உங்ககிட்ட தண்ணியடிப் பீங்களான்னு கேட்டதுக்கு நீங்க இல்லன்னீங்க'' என்றாள்.

''அறிவு கெட்டவளே... முத ராத்திரியன்னிக்கே நான் தண்ணியடிப்பன்னு சொன்னா, அப்புறம் முத ராத்திரி நடக்குமா?''

''போச்சு... எல்லாம் போச்சு. அண்ணன் வாரா வாரம் மாரியம்மனுக்கு கற்பூரம் ஏத்துவனே... அப்படியும் அவ இப்படி என்ன சோதிச்சுட்டாளே... இனிமே அவளுக்கு கற்பூரம் ஏத்தமாட்டேன். நான் கற்பூரம் ஏத்தமாட்டேன்...'' என்று கூற... குமார், ''ஏத்தாத கவி... இனிமே கற்பூரம் ஏத்தாத கவி...'' என்று தங்கையின் கண்களைத் துடைத்துவிட்டான்.

நான் மனதிற்குள், ''டேய் லூசுப் பசங்களா... இப்ப கற்பூரம் ஏத்துறதாடா பிரச்னை? சட்டுபுட்டுன்னு விசாரிச்சு பஞ்சாயத்தை முடிங்கடா...'' என்றேன். இந்த களேபரத்தில் குழந்தைகள் விழித்துக்கொண்டு, ''அப்பா...'' என்று என்னைக் கட்டிப்பிடித்துக்கொண்டு அழுதன.

இப்போது கவிதாவின் பாட்டி, ''சந்தனத்து சிலை செஞ்சு சாக்கடைல விட்டோமே...'' என்று ஆரம்பிக்க... கவிதா, ''யாரு சந்தனம்?'' என்றாள் அப்பாவியாக. நான் கோபமாக, ''நீ சந்தனச்

சிலை. நான் சாக்கடை. போதுமா?'' என்று கூறியவுடன் அந்தத் துக்கத்திலும், கவிதாவின் முகத்தில் ஒரு மெல்லிய சந்தோஷம்.

இதுவரையிலும் அமைதியாக இருந்த போலீஸ் அண்ணன் கணேஷ், ''நீங்க எல்லாரும் பேசாம இருங்க... நான் விசாரிக்கிறேன். நீங்க உள்ள வாங்க...'' என்று என்னை அறைக்குள் அழைத்துச் சென்றான்.

கணேஷ் அறைக்கதவுகளையும், ஜன்னல்களையும் சாத்தினான். ஒரு சேரை இழுத்து அறையின் நடுவில் போட்டான். எனக்கு உள்ளுக்குள் பக் பக்கென்றது. ட்யூப் லைட்டை ஆஃப் செய்து, ஜீரோ வாட்ஸ் பல்பை போட்டு இன்னும் திகில் எஃபெக்ட்டை ஏற்றினான். குருதிப்புனல் படத்தில் கமல், நாசரை விசாரணை செய்வது போல் விசாரிக்க ஆரம்பித்தான்.

''செல்லத்தோட உண்மையான பெயர் என்ன?''

''நிஜப்பெயர் செல்லதுரை. நாங்க சுருக்கமா செல்லம்ன்னு கூப்பிடுவோம்''

''கேக்குற கேள்விக்கு எனக்கு உண்மையான பதில் தேவை. இப்ப நீங்க பேசணும் மிஸ்டர் மனோஜ்குமார். நிறைய பேசணும்.. உங்க கண்ணுல எப்போதும் ஒரு சபலம் தெரியுது. பொண்ணு பாக்க வந்தன்னிக்கே நீங்க என் தங்கச்சியப் பாக்காம வேலைக்காரிய பாத்துகிட்டிருந்தீங்க...''

''அய்யோ... நான் பாதி கேசரி தின்னுட்டிருந்தப்பவே வேலைக்காரி தட்ட தூக்கிட்டுப் போயிட்டா. அதுக்காக கோபத்துல பாத்தேன்ங்க...''

''பரவால்ல விடுங்க. அதெல்லாம் பழைய கதை. சொல்லுங்க. உங்களுக்கும், அவளுக்கும் எத்தனை நாளா தொடர்பு?, அந்த செல்லம் ஊரே பாண்டிச்சேரியா? இல்ல... இங்கருந்தே அழைச்சுட்டுப் போனீங்களா?''

''அய்யோ... நான் சொல்றதக் கேளுங்க. செல்லம்ங்கிறது பொம்பள இல்லங்க. ஆம்பள. பாண்டிச்சேரில எஞ்சினியரா இருக்கான். பாண்டிச்சேரில நாங்க தண்ணியடிச்சுட்டு நல்லா ஜாலியா இருந்தோம். நேத்து பஸ் ஏறின பிறகு, அவன பிரிஞ்சு வந்தது, ஒரே ஃபீலிங்கா இருந்துச்சு. அதான் அப்படி மெசேஜ் அனுப்பினேன். மொபைல்ல கவிதா பேரைச் செல்லம்ன்னுதான் போட்டு வச்சுருக்கேன். செல்லதுரை பேரையும் சுருக்கமா செல்லம் 2ன்னு போட்டு வச்சிருந்தேன். அந்த குழப்பத்துல தவறுதலா கவிதாவுக்கு அனுப்பிட்டேன். வேணும்ன்னா

நீங்களே செல்லத்துகிட்ட பேசிக்குங்க'' என்ற நான் மொபைலில் செல்லத்தின் நம்பரை அழுத்தினேன்.

ஸ்விட்ச்ட் ஆஃப் என்று வந்தது. நான் அதிர்ச்சியுடன் கணேஷை பார்த்தேன். என் முகம் மாறியதை பார்த்து என் மொபைலை வாங்கிய கணேஷ் மீண்டும் அந்த நம்பருக்கு அடித்தான். ஸ்விட்ச்ட் ஆஃப் என்றே வந்தது.

''போதும் மாப்ள... நீங்களே உண்மையச் சொல்லிடுறீங்களா? இல்ல நான் உண்மையச் சொல்லட்டுமா?''

''என்ன உண்மை?''

''யாரோ ஒரு பொண்ணோட உங்களுக்குத் தொடர்பிருக்கு. வீட்டுல பொய் சொல்லிட்டு, அவள அழைச்சுகிட்டு பாண்டிச்சேரி போயிருக்கீங்க. உங்களுக்கு பிரியமான பொண்ணுங்கள எல்லாம் நீங்க செல்லம்ன்னுதான் கூப்பிடுவீங்க. அதனால அவளையும் செல்லம்ன்னுதான் கூப்பிடுவீங்க. அவளுக்கு மெசேஜ் அனுப்பியிருக்கீங்க. ஆனா துரதிருஷ்டவசமா எஸ்எம்எஸ்ஸ மாத்தி அனுப்பிட்டீங்க. ஆம் ஐ ரைட்? இல்லன்னா யாராச்சும் ஆம்பளைக்கு போய் இப்படி எஸ்எம்எஸ் அனுப்புவாங்களா?''

''அது சும்மா மப்புல அனுப்புனதுங்க. மப்புல ஃப்ரண்ட்ஸ்ங்ககிட்ட இந்த மாதிரி ஐ லவ் யூ மச்சின்னு சொல்றதெல்லாம் சகஜம்ங்க''

''நீங்க மச்சின்னு சொல்லலியே... செல்லம்ன்னுதான சொல்லியிருக்கீங்க?''

''இருங்க... அவன்கிட்ட பேசிட்டா உங்க டவுட்டெல்லாம் போயிடும்...'' என்ற நான் மீண்டும் செல்லத்திற்கு ஃபோன் செய்தேன். அது ஸ்விட்ச்ட் ஆஃப் என்றே வந்தது. திலீப்புடன் சென்றேன் என்று சொல்லலாம் என்றால், அவனும் வீட்டில் பொய் சொல்லிவிட்டுதான் வந்திருக்கிறான். இவர்கள் திலீப்பை விசாரிக்கப் போக... அவன் மாட்டிக்கொள்வதோடு மட்டுமின்றி, அவனும் ஒரு பெண்ணோடு பாண்டிச்சேரி சென்றதாக நினைத்துக்கொள்வார்கள். திலீப்பின் மாமனார், 50 வருடங்களாக தெலுங்கு டப்பிங் பட வினியோகஸ்தர். மொத்தக் குடும்பமுமே பயங்கர டெர்ரராக இருக்கும்.

வேறு வழியின்றி செல்லத்தின் ஃபோனுக்கே மீண்டும் மீண்டும் அடித்துக்கொண்டிருந்தேன்.

கணேஷ் கடுப்பாகி, "இனிமே என்னால பொறுமையா இருக்கமுடியாது. உண்மையச் சொல்லிடுங்க" என்றான்.

"சத்தியமா செல்லம் ஆம்பளைதாங்க..."

"ஃபோன் ஸ்விட்ச் ஆஃப்ன்னு வருது. அப்படியே அவன் பேசினாலும், அது உங்க செட்அப்பா இருந்தாலும் இருக்கலாம். அதனால கிளம்புங்க. நம்ம பாண்டிச்சேரிக்கே போய் பாத்துட்டு வந்துடலாம்" என்றவுடன் நான் அதிர்ந்தேன்.

"என்னங்க இது? இவ்ளோ சொல்றேன். நம்பிக்கையில்லையா?"

"அதெல்லாம் நம்ப முடியாது. நம்ம இப்ப பாண்டிச்சேரி போறோம்"

போனோம். பாண்டிச்சேரியில் செல்லதுரை வேலை செய்த கம்பெனிக்கே சென்று செல்லதுரையைப் பார்த்தோம். செல்லதுரையின் மொபைல் தொலைந்துவிட்டது. அதனால்தான் ஸ்விட்ச்ட் ஆஃப் என்று வந்திருக்கிறது. செல்லதுரையின் சர்டிஃபிகேட்டை எல்லாம் வாங்கிப் பார்த்து, அவன் பெயரை உறுதி செய்துகொண்ட பிறகுதான் கணேஷ் சமாதானமானான்.

சென்னைத் திரும்பி கணேஷ் உண்மையைக் கூறியவுடன் கவிதா என்னை வெட்கத்துடன் பார்த்தாள். நான் அவளை எரிச்சலுடன் பார்த்தேன்.

அன்று இரவு 11 மணி போல் திலீப் ஃபோன் செய்தான்.

"என்ன மச்சி... இந்நேரத்துல அடிக்கிற?" என்றேன்.

"இப்ப கொஞ்ச நேரத்துக்கு முன்னாடி, செல்லம் தண்ணியடிச்சுட்டு எனக்கு ஃபோன் பண்ணியிருந்தான். முத்தம் கொடுத்தான். என்னையும் முத்தம் தரச் சொன்னான். நான் "இப்ப வீட்ல இருக்கேன். முத்தம்ல்லாம் தர முடியாது செல்லம்ன்னேன். அப்ப கரெக்டா என் ரூம்ல நுழைஞ்ச என் ஒய்ஃபு அதக் கேட்டுட்டா. இப்ப என் மாமனார், என் மச்சானுங்களோட டாட்டா சுமோல வந்துட்டிருக்காரு" என்றான்.

மீண்டும் ஒரு செல்லக் கதை ஆரம்பம்.

- ஆனந்த விகடன் (மார்ச் 5, 2015)

02

நீ பார்த்த பார்வைக்கொரு நன்றி

> ஒரு சிறந்த இசையைக் கேட்கும்போது நீங்கள் அனைத்தையும் மறக்கிறீர்கள் அல்லது அனைத்தையும் நினைக்கிறீர்கள்
>
> -யாரோ ஒருவன்

ரவீந்தர் அந்த வெள்ளைக் காகிதத்தைப் பிரித்துப் பார்த்தான். அதில் ஆங்கிலத்தில், "தயவுசெய்து 'நீ பார்த்த பார்வைக்கொரு நன்றி' பாடலைப் பாடவும்" என்று எழுதியிருந்தது. கையெழுத்தைப் பார்த்தவுடனேயே தெரிந்துவிட்டது. அதே நபர்தான். ரவீந்தர் சுற்றிலும் தேடினான்.

சென்னை கிழக்கு கடற்கரைச் சாலையில் இருக்கும், ஒரு ரிசார்ட்ஸ் பார் அது. வழக்கமான ஈஸிஆர் பார்களைப் போல் இளைஞர்கள் கும்மாளமிடும் பார் அல்ல. பணம் சம்பாரித்து சம்பாரித்து களைத்துப்போன "வீட்டுக்கு கிளம்பிட்டீங்களா?" என்று ஃபோனடிக்கும் மனைவிகளால் அலுத்துப்போன, ஆண்டுக்கொரு முறை ஐஃபோனை மாற்றும் பிள்ளைகளால் வெறுத்துப்போன நடுத்தர வயது பணக்காரர்கள் அமைதியாக அமர்ந்து குடிக்கும் கார்டன் பார்.

ரவீந்தர், அங்கு தினமும் நடைபெறும் ஆர்கெஸ்ட்ராவில் பாடுபவன். ஆங்கிலம், ஹிந்தி, தமிழ் என்று மூன்று மொழிகளிலும் பாடுவார்கள். கடந்த ஒரு வாரமாக ஒருவன், தினமும் இப்பாடலைப் பாடச் சொல்லி சீட்டு கொடுக்கிறான். பாடி முடித்தவுடன், ரவீந்தரின் அருகில் வந்து, ஐநூறு ரூபாயைக் கொடுத்துவிட்டுத் திரும்பிப் பார்க்காமல் சென்றுவிடுவான்.

ரவீந்தர் அவனைத் தேட அவன் ஒரு மரத்தடியிலிருந்து கையை உயர்த்திக் காட்டினான். அவனுக்கு ஏறத்தாழ 40 வயதிருக்கும். கொஞ்சம் குண்டாக தாடி வைத்த மோகன்லால் போல் இருந்தான். ரவீந்தரைப் பார்த்து, ''பாடு'' என்பது போல் கை காட்டினான். கீபோர்டில் ஜான், 'நீ பார்த்த பார்வைக்கொரு நன்றி' பாடலுக்கான ப்ரீலூடை வாசித்து முடித்தவுடன், ரவீந்தர் பாட ஆரம்பித்தான்.

நீ பார்த்த பார்வைக்கொரு நன்றி
நமைச் சேர்த்த இரவுக்கொரு நன்றி

என்று ரவீந்தர் பாடலுக்குள் நுழைந்து கொஞ்சம் கொஞ்சமாக சுற்றுப்புறத்தை மறந்து முற்றிலும் அந்தப் பாடலுக்குள் ஆழ்ந்துவிட்டான். ''உயிரே வா'' என்று பாடலை முடித்தவுடன், படபடவென்று கைதட்டும் சத்தம் கேட்டது. அவன்தான். பாரில் அனைவரும் அவனைத் திரும்பிப் பார்த்தார்கள். ரவீந்தருக்கு ஆச்சர்யமாக இருந்தது. தினமும் அமைதியாக பணத்தைக் கொடுத்துவிட்டுச் சென்றுவிடுவான். இன்று என்ன கைதட்டல்? ரொம்ப ஓவராகக் குடித்துவிட்டானோ? என்று நினைத்துக்கொண்டிருக்கும்போதே அவன் எழுந்து மேடையை நோக்கி வந்தான். நடை தள்ளாடியது. மேடைக்கருகில் வந்து, ''உன் பேர் என்ன?'' என்றவனின் குரலில் நிறைபோதை ததும்பியது.

''ரவீந்தர்''

''நோ... இன்னைலருந்து உன் பேரு ஹரிஹரன். இன்னைக்கி ரொம்ப... அற்புதமா பாடுன. சில இடங்கள்ல ஹரிஹரன தாண்டிட்ட'' என்றவனுக்கு நிற்க முடியவில்லை. ஜானைப் பார்த்து, ''நீ தப்பான ஸ்கேல்ல வாசிக்கிற.'' என்றவனை ரவீந்தர் ஆச்சர்யமாகப் பார்த்தான். இசை தெரிந்தவன். அவன் பர்ஸை எடுத்து பிரித்தபிறகு ஒரு வினாடி யோசித்தான். சட்டென்று ரவீந்தரின் கையில் பர்ஸை திணித்துவிட்டு, திரும்பி நடக்க ஆரம்பித்தான். பர்ஸைத் திறந்து பார்த்த ரவீந்தர் அதிர்ந்தான். உள்ளே ஏகப்பட்ட ஆயிரம் ரூபாய் நோட்டுகள். பதறிப்போன

ரவீந்தர் ஜானிடம், ''ஒரு நிமிஷம்'' என்று கூறிவிட்டு வேகமாக மேடையிலிருந்து இறங்கி ஓடினான்.

அதற்குள் அவன் தோட்டத்தை விட்டு வெளியேறி, கடல் மணலுக்குச் சென்றிருந்தான். ரவீந்தர், ''சார்... சார்... ''என்று பின்னால் ஓடினான். அவன் திரும்பிப் பார்துவிட்டு நின்றான். கடல் காற்றில் அவன் முடிகள் கலைந்தாட... அலைகளின் சத்தம் இரைச்சலாக கேட்டது.

''சார்... இதுல நிறையப் பணம் இருக்கு. இவ்ளோ பணம் எனக்கு வேண்டாம்'' என்று ரவீந்தர் பர்ஸை நீட்டினான். அவன் பர்ஸை வாங்கியபடி, ''உன் பேர் என்ன சொன்ன?'' என்றான்.

''ரவீந்தர் சார். உங்க பேரு?''

''மனோஜ். மனோஜ்குமார்''

''நான் ஒண்ணு கேக்கலாமா சார்?''

''கேளு''

''இந்தப் பாட்ட ஏன் தினமும் கேக்குறீங்க?''

''ம்ஹ்ம்...'' என்று சிரித்த மனோஜ், ''ரவீந்தர்... இது பாட்டு இல்லை. வாழ்க்கை... இளையராஜாவோட ஒவ்வொரு பாட்டும் ஒவ்வொரு வாழ்க்கை..'' என்றவன், உடனே ''நோ'' என்று கூறி இரண்டு கைகளையும் வானத்தை நோக்கி விரித்து, ''லட்சம் பேரோட வாழ்க்கை. கோடி பேரோட வாழ்க்கை'' என்றான் சத்தமாக.

''இன்னொரு விஷயம் கேக்கணும். நீங்க லவ் ஃபெயிலியரா?'' என்று கேட்டுவிட்டு ரவீந்தர் நாக்கைக் கடித்துக்கொண்டான். அவன் இந்தப் பேச்சை ஆரம்பித்திருக்கக்கூடாது. காதல் தோல்வி குடிகாரர்களிடம் சிக்கினால், சிதைத்து சின்னாபின்ன படுத்திவிடுவார்கள். ஓரிரவு முழுவதும், ''அவ கண்ணு இன்னும் என் கண்ணுலயே நிக்குது'' என்பதை மட்டுமே ஆயிரம் தடவை சொல்லிச் சாகடிப்பார்கள். ''நீங்க லவ் பண்ணியிருக்கீங்களா பாஸ்?'' என்று கேட்டுவிட்டு, தங்கள் காதல் கதையைக் கூறுவார்கள் என்று ரவீந்தர் நினைத்து முடிப்பதற்குள், ''நீங்க லவ் பண்ணியிருக்கீங்களா ரவீந்தர்?'' என்றான் மனோஜ்.

''இல்ல சார். வீட்டுல பொண்ணு பாத்துகிட்டிருக்காங்க''

''ம்'' என்ற மனோஜ் கடற்கரையை நோக்கி நடந்தான். ரவீந்தர் அவன் பின்னாலேயே சென்றான். அலைகள் அருகில் வந்தவுடன், மனோஜ் நின்றுவிட்டான். அரை நிலா வெளிச்சத்தில்

சத்தமிட்டுக்கொண்டிருந்த கடல் அலைகளைப் பார்த்தான். பேண்ட் பாக்கெட்டில் இருந்த ஓட்கா பாட்டிலை எடுத்து மடமடவென்று குடித்தான். அப்படியே மணலில் அமர்ந்துகொண்டு ரவீந்தரைப் பார்த்து, ''இங்க உக்காரு ரவீந்தர்'' என்றான். ரவீந்தர் தயக்கத்துடன் நின்றான்.

''ஏய்... ஏன் சங்கடப்படுற? நான் பணக்காரன்னுல்லாம் நினைக்கவேண்டாம், இளையராஜாவோட இசை நம்மள ஒண்ணாக்கிடுச்சு. உக்காரு..'' என்றவன் மீண்டும் ஒரு மடக்கு குடித்துவிட்டு, ''அப்ப எனக்கு சரியா 25 வயசு. அப்ப நான் கொல்கத்தாவுல இருந்தேன்'' என்று ஆரம்பித்தான்.

2000, பிப்ரவரி 22, செவ்வாய்கிழமை. அப்போது கொல்கத்தா, கல்கத்தாவாகத்தான் இருந்தது. தெற்கு கல்கத்தா, ராஸ் பிஹாரி அவென்யூ, தேசப்பரியா பார்க்கிலிருந்த டென்னிஸ் கிளபில் நான் ப்ரமோத் வருவதற்காகக் காத்துக்கொண்டிருந்தேன். அப்போது வேகமாக என்னை நோக்கி வந்த ப்ரமோத், ''மனோஜ் தாராதாரி எஷோ ப்ரியா தியேட்டரெர் ஷாம்னே ஜமேலா சோல்ச்சே (வேகமா வா... ப்ரியா தியேட்டர் முன்னாடி கலாட்டா நடக்குது)'' என்று என் கையைப் பிடித்து இழுத்தான்.

''கீ நியே ஜமேலா ஹொச்(என்ன கலாட்டா?)'' என்றேன்.

''உங்க கமல்ஹாசனோட 'ஹே ராம்' ஹிந்தி படத்துக்கு எதிரா'' என்று வங்காளத்தில் கூறிய ப்ரமோத், என்னை இழுத்துக்கொண்டு வேகமாக நடந்தான்.

ப்ரியா தியேட்டர் வாசலில் பயங்கரச் சத்தமாக இருந்தது. ஏராளமான காங்கிரஸ்காரர்கள், கையில் காங்கிரஸ் கொடியுடன், காந்தியை அவதூறாக சித்தரிக்கும் ஹே ராம் படத்தை தடை செய்யவேண்டும் என்று கோஷமிட்டுக் கொண்டிருந்தார்கள். போலீஸ்காரர்கள், ''ஷோரே ஜான்... ஷோரே ஜான்'' என்று தொண்டர்களைத் தள்ளிக்கொண்டிருந்தார்கள். அருகில் சம்பந்தமில்லாமல் நான்கைந்து இளம் பெண்கள், ஏதோ ''ஜிபன நந்த தாஸ்'' என்று கத்திக்கொண்டிருந்தார்கள். அவர்களுக்கு நடுவே ஒரு இளம்பெண், மிரட்சியான கண்களுடன் அங்கு நிலவிய ஆவேசத்திற்கு சம்பந்தமில்லாமல் இருந்தாள். ஆனால் அழகாக இருந்தாள். வங்காளப் பெண்களுக்கே உரிய அதீத மேக்கப் இல்லாமல், லாவண்டர் நிற சல்வார் கமீஸில் எளிமையாக இருந்தாள். அவளை ப்ரமோத்திடம் காண்பித்த நான், ''அழகான

பெண்கள் போராடுறப்ப, அந்தப் போராட்டத்தோட மதிப்பு அதிகரிக்கும்'' என்று கூற ப்ரமோத் சத்தமாகச் சிரித்தான்.

போராட்டக்காரர்கள் திடீரென்று தியேட்டரை நோக்கி கற்களை வீச... அந்த இடத்தின் சூழல் மாறியது. சிலர் தியேட்டரின் வின்டோபேன்களை உடைக்க ஆரம்பிக்க போலீஸ் தடியடியில் இறங்கியது. கும்பல் நாலாபக்கமும் சிதறி ஓட... போலீசார் கையில் கிடைத்தவர்களைப் பிடித்து வேனில் ஏற்றினர். கும்பலில் நாங்களும் நெருக்கித் தள்ளப்பட... ப்ரமோத் எங்கே போனான் என்றே தெரியவில்லை. ப்ரமோத்தைத் தேடியபோதுதான் மீண்டும் அந்தப் பெண்ணைப் பார்த்தேன்.

அந்த அழகிய, லாவண்டர் நிற சல்வார் கமீஸ் பெண் நானிருக்கும் திசையை நோக்கித்தான் ஓடி வந்தாள். அப்போது போலீஸ் அந்தப் பெண்ணின் தலையில் தடியால் தாக்க அவள் தலையிலிருந்து ரத்தம் வழிய ஆரம்பித்தது. ''ஆ'' என்று அலறியபடி நின்றுவிட்ட அந்தப் பெண்ணைப் பிடித்து போலீஸ்காரர் இழுக்க... நான் சட்டென்று அந்த முடிவை எடுத்தேன். அவளை வேனில் ஏற்ற விடக்கூடாது. வேகமாக அவளருகே சென்ற நான், அவள் கையைப் பிடித்து இழுத்துக்கொண்டு ஓட ஆரம்பித்தேன். ''தாராதாரி தௌரே எஷோ... கம் ஃபாஸ்ட்'' என்று கத்தியபடி ஓடினேன். எங்களோடு பலரும் ஓடி வர போலீஸ் எங்களைத் துரத்தியது. தியேட்டருக்கு பின்பக்கம்தான் என் வீடு.

எங்கள் வீதிக்குள் நுழைந்த நான், என் வீட்டை நோக்கி ஓடினேன். வேகமாக வீட்டுக் கதவைத் திறந்தேன். அந்தப் பெண்ணைப் பிடித்து வீட்டுக்குள் இழுத்து, கதவைச் சாத்திய பிறகுதான் என் பதட்டம் தணிந்தது. இப்போது நிதானமாக அவளைப் பார்த்தேன். அவள் கண்கள் இன்னும் அதிர்ச்சியிலிருந்து விடுபடவில்லை.

அவள் நெற்றியில் ரத்தத்தைப் பார்த்து, வேகமாக ஃபர்ஸ்ட் எய்ட் பாக்ஸை எடுத்து வந்தேன். பஞ்சால் ரத்தத்தைத் துடைத்தேன். அவள் கைவிரலை வாயில் வைத்து தண்ணீர் கேட்டாள். நான் தண்ணீர் கொண்டு வந்து கொடுத்தேன். வேக, வேகமாக அவள் தண்ணீரைக் குடித்து முடித்தவுடன், காயம் பட்ட இடத்தில் பிளாஸ்திரியை ஒட்டினேன். வலியில் 'ஸ்' என்று முகத்தை சிணுங்கியபோது, மேலும் அழகாகத் தெரிந்தவளை, இப்படித் சுருக்கமாக வர்ணிக்கலாம். மற்ற அழகிகள் எல்லாம் 'அழகி' என்றால், இவள் **'அழகி'**

''அமர் நாம் மனோஜ். அப்னார் நாம்?'' என்று அவள் பெயரைக் கேட்டேன்.

''அமோதிதா''

''அமோதிதா... பியூட்டிஃபுல் நேம்''

''அமோதிதா மீன்ஸ் ஹேப்பினெஸ்''

நான் வங்காளத்தில், ''எப்போதும் ஹேப்பியா இருக்கவேண்டிய பொண்ணு, இங்க எப்படி போராட்டத்துல? உங்களப் பாத்தா அரசியலுக்கும், உங்களுக்கும் சம்பந்தம் இருக்கிற மாதிரி தெரியல'' என்றேன்.

''நான் பார்ட்டி ஆள் இல்ல. 'ஹே ராம்'' படத்துல வர்ற 'ஜன்மோன் கி ஜ்வாலா' பாட்டுல (தமிழில் 'நீ பார்த்த பார்வைக்கொரு நன்றி') ஜிபன நந்த தாஸ் கவிதையை ஆபாசமா பிக்ச்சரைஸ் பண்ணியிருக்கிறதா கேள்விப்பட்டு, ஆர்ப்பாட்டம் பண்ண வந்தோம்''

''அப்படியா? நான் இன்னும் படத்தைப் பாக்கல. லிட்ரேச்சர் படிக்கிறீங்களா?''

''லாஸ்ட் இயர் படிச்சு முடிச்சுட்டேன். ஸ்காட்டிஸ் சர்ச் காலேஜ். பிஏ ஹானர்ஸ் இன் பெங்காலி. தினமும் அலிப்பூர் நேஷனல் லைப்ரரில, நாங்க ஃப்ரண்ட்ஸ்ல்லாம் மீட் பண்ணுவோம். இந்த மாதிரி போராட்டம் நடத்தப் போறாங்கன்னு கேள்விப்பட்டு வந்தோம்'' என்றவள் சட்டென்று எழுந்தாள்.

''கொஞ்சம் ரெஸ்ட் எடுத்துட்டு போலாமே'' என்றேன்.

''இல்ல நான் கிளம்புறேன். நீங்க தனியா இருக்கீங்க...'' என்று இழுத்தாள்.

''நீங்க பயப்படவேண்டியதில்ல. நான் காலேஜ் படிக்கிறப்ப, கூட படிக்கிற ஹிந்திக்கார பொண்ணுங்க ராக்கி கட்ட வர்றப்ப அத்தனை பசங்களும் தலைமறைவாயிடுவாங்க. நான் மட்டும் நானா போய் ராக்கி கட்டிக்குவேன்'' என்ற நான் அவளருகில் சென்று மெதுவாக, ''ஒருத்தரும் நல்லாருக்கமாட்டாங்க'' என்று கூற அவள் மெலிதாக சிரித்தாள். தொடர்ந்து, ''நான் கல்யாணம் பண்ணிக்கப்போற பொண்ணத் தவிர, இந்த கல்கத்தா ஸிட்டில இருக்கிற அத்தனை பொண்ணுங்களையும் சகோதரியாத்தான் பாப்பேன். ஆனா அந்தப் பொண்ணு யாருன்னு தெரியாததால, இப்போதைக்கு யாரையும் சகோதரியா பாக்கமுடியாது.''

என்றவுடன் அவள் சத்தமாக சிரித்துவிட்டு, ''ஆ'' என்று பிளாஸ்திரியின் மீது கைவைத்து அழுத்தினாள்.

''என்னாச்சு?''

''சிரிக்கிறப்ப வலிக்குது. நீங்க மதராஸியா?''

''அசல் சென்னை மதராஸி'' என்றபோதுதான் அந்த ஹாலிலிருந்த பியானோவைப் பார்த்த அமோதிதா, ''வாவ்'' என்று வேகமாக பியானோவை நோக்கிச் சென்றாள். முகமெல்லாம் மலர, அந்த யமஹா பியானோவை ஆசையுடன் தடவியபடி, ''நான் வாசிச்சு பாக்கட்டுமா?'' என்றாள்.

''உங்களுக்கு வாசிக்கத் தெரியுமா?''

''பியானோ கிரேட் ஃபோர். கல்கத்தா ஸ்கூல் ஆஃப் மியூசிக்ல படிச்சேன். ''

''நான் பியானோ கிரேட் ஸிக்ஸ்'' என்றவுடன் அவள் கண்களில் மரியாதை. பிறகு பரபரப்புடன் பியானோவுக்கு கீழிருந்த பெஞ்சை இழுத்து அமர்ந்தாள். கீழே பார்த்து பியானோவின் பெடலில் காலை வைத்துக்கொண்டாள். பிறகு அவள் கீ போர்டில் கையை வைத்து வார்ம் அப் செய்தபோது, பியானோவிலிருந்து வந்த சத்தத்தைக் கேட்டு அமோதிதாவின் கண்கள் லேசாகக் கலங்கியது போல் இருந்தது.

''ஹலோ... என்னாச்சு?'' என்றேன்.

''பியானோவ கையாலத் தொட்டு ஆறு மாசமாவுது. என்னோட பியானோவ வித்துட்டாங்க. ஸ்டெய்ன்வே அன்ட் ஸன்ஸ். B1994 மாடல். Satin ebony colour" என்றவளை நான் ஆச்சரியத்துடன் பார்த்தேன். நிச்சயமாக பணக்கார வீட்டுப் பெண். ஸ்டெய்ன்வே அன்ட் ஸன்ஸ் B1994 பியானோ மாடல், செகண்ட்ஸிலேயே பல லட்சங்கள் இருக்கும்.

''ஏன் வித்துட்டாங்க?''

''கடன்... தலை வரைக்கும் கடன் வர இருந்துச்சு. என் பியானோவ வித்து, கழுத்தோட கடன நிறுத்திட்டாங்க. கோடீஸ்வரரா இருந்தோம். இப்ப கோடிகள்ல கடன்தான் இருக்கு'' என்றவளை அனுதாபத்துடன் பார்த்தபடி, ''என்ன பிரச்னை?'' என்றேன்.

''பிசினஸ்ல லாஸ்'' என்றவள் பியானோவில் வாசிக்க ஆரம்பித்தாள். என்னை நோக்கி கண்களால் ''என்னான்னு தெரியுதா?'' என்றாள். சற்றே யோசித்துவிட்டு, ''பீதோவன்...

மூன்லைட் ஸொனாட்டா'' என்று நான் கூற புன்னகைத்துவிட்டு இசையில் ஆழ்ந்தாள். முழுமையாக வாசித்து முடித்துவிட்டு, "ஹௌ இஸ் இட்?" என்றாள். "அங்கங்க பிசிறு தட்டினாலும் ஓகே" என்று சத்தமின்றி கைதட்டினேன்.

"நீங்க எதாச்சும் வாசிங்க" என்று எழுந்தாள். சற்றே யோசித்த நான், அவள் எந்தப் பாடலை எதிர்த்துப் போராட வந்தாளோ அதையே வாசிக்க முடிவு செய்தேன்.

சில நிமிடங்கள் வார்ம் அப் செய்தேன். பிறகு இ மைனர் கீயில் 'நீ பார்த்த பார்வைக்கொரு நன்றி' பாடலின் ப்ரீலூடை வாசிக்க ஆரம்பித்தேன். இடையில் கண்களால், "என்னெவென்று தெரிகிறதா?" என்றேன். அவள் உதட்டைப் பிதுக்கினாள். முதலில் சாதாரணமாக, பார்க்க ஆரம்பித்தவள், பிறகு பாடல் வளர வளர பிரமிப்பாகப் பார்த்தாள். கடைசியாக நான் "உயிரேவா,.." என்று முடித்தவுடன் படபடவென்று கைதட்டினாள். "Great music and well played..." என்று என் கையைப் பிடித்துக் குலுக்கினாள்.

"இது வரைக்கும் இதை நான் கேட்டதே இல்ல. யாரோட மியூசிக்?" என்றாள்.

"நீயே சொல்லு"

"மார்த்தா?" என்றாள்.

"இல்ல"

"ஆர்த்தர் ரூபின்ஸ்டெய்ன்?"

"இல்ல. இளையராஜா"

"யா கேள்விப்பட்டிருக்கேன். தி க்ரேட் மதராஸி மியூஸிக் டைரக்டர்"

"ஓகே... இது எப்படி இருந்துச்சு?"

"ஃபன்ட்டாஸ்ட்டிக்... லாட் ஆஃப் மூவ்மென்ட்ஸ்"

"எஸ்... அப்புறம் கடைசில அந்த B மேஜர் கார்டு. சான்ஸே இல்ல. அதுதான் அந்த பாட்டுக்கு ஒரு ஹோல்னெஸ கொடுக்குது"

"யா ... யா"

"இந்தப் பாட்டுக்கு முன்னாடிதான் அந்தக் கவிதை வருது"

"எந்தக் கவிதை?" என்றாள் சட்டென்று புரியாமல்.

"இப்ப நீங்க போராட வந்தீங்களே. அந்தக் கவிதை. இந்த பாட்டு 'ஹே ராம்' படத்துலதான் வருது" என்றவுடன் அவள் முகம் மாறி, "அதை எப்படி எடுத்துருக்காங்கன்னு தெரியல. ஆனா இப்ப

இந்தப் பாட்டக் கேட்டதும், பழைய கோபம் குறைஞ்சுடுச்சு'' என்றாள்.

''தி பவர் ஆஃப் மியூசிக்'' என்றேன்.

''எனக்கும் அந்த பாட்ட வாசிக்கணும் போல இருக்கு. நோட்ஸ் இருக்கா?''

''நாளைக்கு வாங்க. நான் நோட் எழுதி வைக்கிறேன்''

''சரி... நாளைக்கு இதே டைம் வரேன்''

''நான் தனியாதான் வீட்டுல இருப்பேன்'' என்றேன் சிரித்தபடி.

''பரவால்ல. உங்க ஃபேமிலில்லாம்...'' என்று இழுத்தாள்.

''அப்பா டெல்லில ஐஏஎஸ் ஆஃபிஸர். அம்மா இங்க ஐஆர்எஸ் ஆஃபிசர். ஒரு அண்ணன், அஹமதாபாத்ல எம்பிஏ பண்றான். நான் ஸ்கூல் வரைக்கும், சென்னைல பாட்டி வீட்டுல தங்கிதான் படிச்சேன். காலேஜ்ல்லாம் இங்க. எம்.ஏ. மாஸ் கம்யூனிகேஷன். ரெண்டு வருஷம் ஹெச்டிஎ-ல ஒர்க் பண்ணினேன். இப்ப சொந்தமா அட்வர்டைசிங் கம்பெனி தொடங்குறதுக்காக ஆஃபிஸ் பாத்துகிட்டிருக்கேன்'' என்றேன்.

''ஓகே... நாளைக்கு பாக்கலாம்'' என்று கிளம்பினாள் அமோதிதா.

மறுநாள் வந்தவுடன், ''நோட் எழுதிட்டீங்களா?'' என்றாள். நேற்றிரவே நெடு நேரம் கண் விழித்து, போராடி எழுதிவிட்டேன். ஆனால் இதை வைத்துதான் அவளிடம் பழக்கத்தை நீட்டிக்கவேண்டும் என்பதால், ''இன்னும் இல்ல'' என்றேன். ''அப்ப சரி'' என்று வேகமாகச் செருப்பை மாட்டினாள்.

''ஹேய்... என்ன கிளம்பறீங்க?''

''பின்ன... நோட் எழுதல கிளம்பறேன்?''

''இல்லன்னா என்ன? வேற எதாச்சும் பேசலாம் இல்ல?''

''வேறன்ன பேசணும்?''

''வாட்டர் படத்தோட டைரக்டர் தீபா மேத்தா, ஸிஎம் ஜோதிபாஸப் பாக்கப்போறாங்க. அதைப் பத்தி பேசலாம். இல்லன்னா சௌரவ் கங்குலியோட கேப்டன்ஸிப் பத்தி பேசலாம்''

''ஸாரி அதைப் பத்தில்லாம் எனக்குத் தெரியாது''

''சரி... உங்களுக்கு தெரிஞ்ச விஷயத்தைப் பத்தி பேசுங்க''

"ம்." என்று யோசித்தவள், "ஜிபன நந்த தாஸ் பற்றி பேசலாமா?" என்றவுடன் "ஜிபன நந்த தாஸா?" என்று நெளிந்தேன்.

"அதான் ஹே ராம் பாட்டுல வர்ற அந்த கவிதை. ஆகாஷே ஜ்யோட்ஸ்னா"

"அவரா? ம்... சொல்லுங்க" என்றேன் ஆர்வமின்றி.

"வாழும் காலத்துல அதிகம் பேசப்படாத பெங்காலி கவிஞன். அவரோட 'ருபாஸி பங்ளா' கேள்விப்பட்டிருக்கீங்களா? ஆக்ச்சுவலா அது 1934-ல எழுதினது. ஆனா அவரு இறந்த பிறகு, 1957-லதான் புத்தகமா வந்துச்சு. அதுக்கு ரேப்பர் டிசைன் பண்ணது யாருன்னு தெரிஞ்சா ஆச்சர்யப்படுவீங்க"

"யாரு?"

"தி கிரேட் சத்யஜித்ரே"

"ஓ."

"அந்தக் கவிதைய பங்களாதேஷ் போராட்டத்தப்ப பயன்படுத்தினாங்க. அது வங்காளத்தோட கிராமப்புறங்களோட." என்று அவள் கூறிக்கொண்டே செல்ல நான் கஷ்டப்பட்டுக் கொட்டாவியை அடக்கினேன். எனது முகத்தைக் கவனித்த அமோதிதா, "போரடிக்கிறனா?" என்றாள்.

"சேச்சே"

"அப்ப சரி. நிறைய கவிஞர்களப் போல, இவருக்கும் காதல் தோல்வி. அவர் ஷோவனாங்கிற அவரோட சொந்தக்காரப் பொண்ண காதலிச்சிருக்காரு. ஆனா அந்தப் பொண்ணு, கல்யாணம் பண்ணிக்கிற முறை கிடையாது. அதனால அந்த லவ் ஃபெயிலியராயிடுச்சு. அவரோட முதல் தொகுப்பை அந்தப் பொண்ணுக்குதான் டெடிகேட் பண்ணியிருக்காரு" என்று தொடர... அதற்கு மேல் பொறுக்கமுடியாத நான், "அமோதிதா... நௌ வீ ஆர் இன் 2000. வேற ஏதாச்சும் பேசலாமே" என்றவுடன் முகம் மாறிய அமோதிதா,

"அப்ப நான் போறேன்" என்றாள்.

"எங்க?"

"அலிப்பூர் லைப்ரரிக்கு"

"டெய்லி வீட்டுல இருக்கமாட்டீங்களா?"

''ம்ஹ்ம்... வீடு நரகம். தினம் கடன்காரங்க வந்து சத்தம் போட்டுட்டு போவாங்க. அதனால தினம் வெளியதான் சுத்திகிட்டிருப்பேன்''

''நானும் உங்க கூட சுத்தட்டுமா?''

''தாராளமா சுத்தலாம்''

சுற்றினோம். தினம் தினம் சுற்றினோம்.

விக்டோரியா மெமோரியல் ஹாலுக்கு வெளியே இருந்த தோட்டத்தில் நடந்தபடி, ''உங்களுக்கு பெங்காலி பெண்களப் பிடிக்குமா? தமிழ் பெண்களப் பிடிக்குமா?" என்றாள்.

''ஒரு பெங்காலிப் பொண்ணு இந்தக் கேள்வியக் கேட்டா, பெங்காலிப் பெண் பிடிக்கும்பேன். தமிழ்ப் பெண் கேட்டா தமிழ்ப் பெண் பிடிக்கும்பேன்''

அமோதிதா சத்தமாகச் சிரித்தாள்.

மார்பிள் பேலஸின் பிரமாண்டமான தூணில் சாய்ந்து கொண்டு, ''நீங்க யாரையாச்சும் லவ் பண்ணியிருக்கீங்களா?'' என்றாள்.

''ஸ்கூல் டேஸ்ல... அதை லவ்வுன்னு சொல்லமுடியாது. ஒரு பொண்ணு மேல ஒரு சின்ன க்ரஸ். அவளோட ஒவ்வொரு கண்ணுக்குள்ளயும் ரெண்டு ரெண்டு கண்ணு. பாத்தான்னா மனசுக்குள்ள பூ உதிரும். ''உன் பென்சிலக் கொஞ்சம் தர்றியா?'ன்னு கேட்டா, ''நம்ப கல்யாணம் பண்ணிக்கலாம் வர்றியா?''ன்னு கேட்ட மாதிரி புல்லரிச்சுப்போயிடும். க்ளாஸ்ல சும்மா, சும்மா திரும்பி என்னைப் பார்ப்பா... ஆனா அப்புறம் ஒரு நாள் என்னைத் தனியா கூப்பிட்டு, 'உன்னைப் பாத்தா ஆக்ஸிடென்ட்ல செத்துப்போன என் அண்ணன் மாதிரியே இருக்கு. உனக்கு 'எல்லாமே என் தங்கச்சி' பாட்டுத் தெரியுமா?''ன்னு கேட்டா''

''ம்... அப்புறம்'' என்றாள் அமோதிதா சிரிப்பை உதட்டுக்குள் அடக்கியபடி.

''வேற வழி அந்தப் பாட்ட பாடிட்டு வந்துட்டேன்''

அமோதிதா வெடித்துச் சிரித்தாள்.

ட்ராம் வண்டியில் மெதுவாகச் செல்லும்போது, ''இந்த பார்க்லருந்து க்ராஸ் பண்றப்பதான்'' என்ற அமோதிதா, ''வேண்டாம்... விடுங்க'' என்றாள்.

''பரவால்ல சொல்லு''

''ட்ராம் வண்டி மோதி இறந்துபோய்ட்டாரு''

''யாரு?''

''ஜிபன நந்த தாஸ்'' என்று அவள் கூற... நான் ''துர்காமாதாஜி என்னைக் காப்பாத்து'' என்றபடி எழுந்து வேறு சீட்டில் அமர்ந்துகொண்டேன். வேகமாக என் அருகில் வந்து அமர்ந்தபடி, ''ஸாரி... ஸாரி'' என்றாள். நான், ''வாழ்க்கை தினமும் எதாவது ஒரு பாடத்தக் கத்துத் தருது'' என்றேன்.

''யா... யா... இட்ஸ் ட்ரூ. இன்னைக்கி என்ன பாடம் கத்துகிட்டீங்க?''

''லிட்ரேச்சர் படிச்சப் பொண்ணுங்களோட பழகக்கூடாது'' என்று கூற... சத்தமாக சிரித்த அமோதிதா, ''தேங்க் யூ மனோஜ். நீ என்னை ரொம்ப நாள் கழிச்சு சிரிக்க வைக்கிற. வீட்டுக் கவலைய மறக்க வைக்கிற'' என்ற அமோதிதாவை உற்றுப் பார்த்தேன்.

எனது வாழ்க்கையின், மிக மிக அழகான நாட்கள் அவை. கடவுளால் சிறகுகள் பொருத்தப்பட்ட... பூக்கள் கோர்க்கப்பட்ட, நட்சத்திரங்கள் பதிக்கப்பட்ட... நாட்கள் அவை. பனிப்புகை வீட்டிற்குள் நுழைவது போல், அமோதிதா மெல்ல மெல்ல என் மனதிற்குள் நுழைந்து, நாள் முழுவதும் என்னைச் சில்லிட வைத்த தருணங்கள் அவை.

நான் எனது காதலை அவளிடம் சொல்ல முடிவெடுத்த பிறகுதான், 'நீ பார்த்த பார்வைக்கொரு நன்றி'-யின் பியானோ ஸ்கோர் தாளை அவளிடம் கொடுத்தேன். அமோதிதா வாசிக்க ஆரம்பித்தாள். ப்ரீலூட் முடிந்தவுடன், ராணி முகர்ஜியை விட அற்புதமான குரலில் அமோதிதா அந்தக் கவிதையை உச்சரிக்க ஆரம்பிக்க எனக்கு சிலிர்த்துப்போனது.

''ஆகாஷே ஜ்யோட்ஸ்னா
புலேர் பதே சித்தா பாகர் காயர்''

என்று அவள் உச்சரிக்க... உச்சரிக்க... அவள் முகம் பரவசமாக மாறி, கண்கள் அந்தரத்தில் ஏக்கத்துடன் சஞ்சரித்தது. அவள் கவிதையை முடித்துவிட்டு ''ஆஹாஹஹா... ஆஹாஹஹா...'' என்று பாடலை ஆரம்பித்தாள். அவள் பியானோ வாசிக்க இருவரும் சேர்ந்தாற் போல் தமிழிலும், ஹிந்தியிலும் மாற்றி மாற்றி பாடினோம்.

நீ பார்த்த பார்வைக்கொரு நன்றி
மில்னே கி த்ரிஷ்னா தி மன் மெய்ன்
அயராத இளமைச் சொல்லும் நன்றி நன்றி
அபுனா ரஹி மனுமெய்ன் கோயி ஹல்ச்சல்

தொடர்ந்து பாடினோம். இரண்டாவது சரணத்தின் முடிவில், ''உயிரே வா'' என்று நான் முடித்தபோது, என் உயிர் பியானோவிலிருந்து எழுந்து, என்னருகில் வந்திருந்தது. நெருக்கமாக நின்றுகொண்டு, அமோதிதா என்னை உற்றுப் பார்த்தாள். அப்போது அவள் கண்களில் தெரிந்த காதலை, கொஞ்சம் முயன்றால் தனியாகக் கையில் எடுத்து, புகைப்படமாக எடுத்துவிடலாம் போல் தோன்றியது. அதற்கு மேல் பொறுக்கமுடியாத நான் சட்டென்று அவளை இழுத்து அணைத்தபடி, ''ஐ லவ் யூ... ஐ வான்ட் டு மேரி யூ'' என்றேன்.

சில வினாடிகள் மௌனமாக என்னை அணைத்திருந்த அமோதிதா என்ன நினைத்தாளோ? சட்டென்று என்னிடமிருந்து விலகினாள். அவள் கண்களில் இப்போது அந்தக் காதல் இல்லை.

''ஸாரி மனோஜ். உன் காதல ஏத்துக்கிற சூழ்நிலைல நான் இல்ல'' என்றாள் தலையைக் குனிந்தபடி.

''நீ என்னைக் காதலிக்கலையா? இல்ல என் காதல ஏத்துக்கிற சூழ்நிலைல இல்லையா?'' என்றேன். அமோதிதா கண்களைத் துடைத்துக்கொண்டு, ''நான் மூழ்கிட்டிருக்கிற கப்பல்ல இருக்கேன் மனோஜ்'' என்றாள்.

''நான் உன் கையைப் பிடிச்சு காப்பாத்துவேன் அமோ.''

''என்னைக் காப்பாத்துவ, என் தங்கை, தம்பி, அம்மா, அப்பா... இப்ப எங்க வீடு இருக்கிற சூழ்நிலைல காதலப் பத்தி என்னால நினைச்சுக் கூடப் பாக்கமுடியாது''

''நீ என்னைக் காதலிக்கலன்னா விட்ருவேன் அமோ. ஆனா நீ என்னைக் காதலிக்கிற ஏத்துக்கத்தான் தயங்குற ஸோ... ஐ வில் நாட் லீவ் யூ'' என்ற நான் செல்ஃபிலிருந்து அந்த நகைப் பெட்டியை எடுத்தேன். அதில் அஞ்சலி ஜீவல்லர்ஸில் நான் வாங்கிய வளையல்கள் இருந்தது. ''என்னோட காதல் பரிசு'' என்று அவளிடம் வளையல்களை நீட்டினேன். ''வேண்டாம். என்னை விட்டுரு'' என்ற அமோதிதா தனது ஹேண்ட்பேகை எடுத்துக்கொண்டாள்.

''நோ'' என்ற நான் அவள் ஹேண்ட்பேகில் வலுக்கட்டாயமாக அந்த வளையல்களைத் திணித்துவிட்டு, ''நல்லா யோசி. ஓகேன்னா

நாளைக்கு இந்த வளையலப் போட்டுட்டு வா இல்லன்னா எப்பவும் என்னைப் பாக்க வராத'' என்றேன்.

''மனோஜ் ப்ளீஸ். நான் சொல்றத புரிஞ்சுக்க''

''இப்ப நீ போகலாம்'' என்ற நான் முகத்தை திருப்பிக் கொண்டேன்.

மறுநாள் காலை, ஒன்பது மணிக்கு மேல் எனக்கு ஃபோன் செய்த ப்ரமோத்தின் குரலில் பதட்டம்.

''மனோஜ் ஒரு ஷாக்கிங் இன்ஃபர்மேஷன். கடன். பிரச்னையால நேத்து கோர்ட்ல, அமோதிதாவோட அப்பா வீட்ட அட்டாச் பண்ணி, ஏலம் விடச் சொல்லிட்டாங்களாம். அதனால...'' என்று இழுத்தான்.

''அதனால?'' என்ற எனக்கும் பதட்டம் தொற்றிக்கொண்டது.

''ஏற்கனவே நிறைய கடன். இப்ப வீட்டையும் அட்டாச் பண்றாங்கன்னவுடனே, அவங்க விஷம் குடிச்சு தற்கொலை பண்ணிகிட்டாங்க'' என்றவுடன் அமிலத்தில் நனைத்த ஊசியை யாரோ என் நெஞ்சில் செருகியது போல் இருந்தது. ''அமோதிதா?'' என்ற என் குரல் குழறியது. ''தெரியல'' என்ற ப்ரமோத் ஃபோனை வைத்துவிட்டான். நான் பைக்கை எடுத்துக்கொண்டு, அமோதிதாவின் வீடிருக்கும் ஹிந்துஸ்தான் பார்க் பகுதியை நோக்கிப் பறந்தேன்.

அந்த விக்டோரியன் ஸ்டைல் பங்களா வாசலில் பெரும் கூட்டம். பங்களாவிற்கு முன்பிருந்த தோட்டத்தில் திட்டு திட்டாக ஜனங்கள். நான் பதட்டத்துடன் தோட்டத்தைக் கடந்து, பங்களா வாசலை நோக்கிச் சென்றேன். வாசலில் போலீசார் கைகளைக் கோர்த்துத் வேலி போட்டிருந்தனர். எங்கிருந்தோ வந்த ப்ரமோத், ''உள்ள விட மாட்டன்ங்கிறாங்க மனோஜ்'' என்றான். வேகமாக அவன் சட்டைக் காலரைப் பிடித்து இழுத்த நான், ''அமோதிதாவுக்கு என்ன ஆச்சு?'' என்றபோது என் குரல் தழுதழுத்தது.

''தெரில. சில பேரு அமோதிதாவோட அப்பா, அம்மா மட்டும் தற்கொலைப் பண்ணிகிட்டாங்கன்னு சொல்றாங்க. கொஞ்ச பேரு... எல்லாரும் தற்கொலை...'' என்ற ப்ரமோத்தின் நெஞ்சில் கைவைத்து வேகமாகத் தள்ளினேன். பொங்கி வந்த அழுகையை, உள்நாக்கால் உள்கன்னத்தில் அழுத்தி அடக்கினேன். அப்போது ஜனங்கள் சலசலப்புடன் பங்களா வாசலை நோக்கிச் செல்ல... நான் திரும்பிப் பார்த்தேன். வீட்டுக்குள்ளிருந்து ஒரு ஸ்ட்ரெச்சர்

வருவது தெரிந்தது. நானும், ப்ரமோத்தும் வீட்டு வாசலை நோக்கி ஓடினோம். மக்கள் கும்பலாக ஸ்ட்ரெச்சரை நெருங்க... போலீஸ் பெரிய அணை போல் தடுத்து நிறுத்தியது.

நான் ஆவேசத்துடன் போலீஸைக் கடந்து செல்ல முயற்சிக்க... போலீஸார் என்னை நெட்டித் தள்ளினர். ப்ரமோத் என்னைப் பிடித்து நிறுத்தினான். முதலில் வந்த ஸ்ட்ரெச்சரில் அமோதிதாவின் அப்பா. அடுத்து வந்த ஸ்ட்ரெச்சரில் அமோதிதாவின் அம்மா. எனக்கு தொண்டையில் ஏதோ செய்து வாந்தி வருவது போல் இருந்தது. அதன் பிறகு, வேறு எந்த ஸ்ட்ரெச்சரும் வராமல் இருக்க. நான் சற்று நிம்மதியானேன். சில நிமிடங்களில் வீட்டுக்குள்ளிருந்து அடுத்தடுத்து ஸ்ட்ரெச்சர் வர... அதிர்ந்தேன்.

அழுவது போல் முகம் மாறியிருந்த ப்ரமோத், என் கையை இறுகப் பிடித்து அழுத்தினான். அந்த மூன்றாவது ஸ்ட்ரெச்சர் நெருங்கியது. அதில் இ..ரு..ந்..த..வ..ள் அமோதிதா. நெஞ்செல்லாம் வெடித்து சிதற. நான் "அமோ" என்று பாய்ந்து ஓட... போலீஸ்காரர்கள் என்னைத் தடுத்தனர். நான் அவர்களைப் பிடித்துத் தள்ளிவிட்டு, ஸ்ட்ரெச்சரை நெருங்கினேன். "அமோ..." என்று அலறிக்கொண்டே உயிரற்ற அவள் உடல் மீது அழுதபடி பாய்ந்தேன். போலீஸ்காரர்கள் மிகவும் சிரமப்பட்டு என்னைப் பிடித்து இழுத்தனர். அப்போது நடந்த தள்ளுமுள்ளில், ஸ்ட்ரெச்சரிலிருந்த அமோதிதாவின் உடல் நகர்ந்து, சட்டென்று அவள் கை ஸ்ட்ரெச்சருக்கு வெளியே வர. அதில் நேற்று நான் கொடுத்த வளையல்களை அமோதிதா அணிந்திருந்தாள். "அமோதிதா..." என்று நான் அலறிய அலறலில் மொத்த இடமும் அமைதியானது.

மனோஜ் கூறி முடித்தபோது, ரவீந்தரின் கண்களிலிருந்து கண்ணீர் வழிந்துகொண்டிருந்தது. மனோஜ் வானத்தை நோக்கியபடி கண்களை மூடியிருந்தான். கண்ணோரம் நீர்த்துளிகள். அலைகளின் சத்தம் இப்போது மெதுவாகத்தான் இருந்தது.

தொடர்ந்து மனோஜ், "என் வளையலோட, அவள் கையப் பார்த்த அந்தக் காட்சி, இன்னும் என் கண்ணுலயே இருக்கு ரவீந்தர். அந்தக் காட்சிய, கடவுள் பர்மனன்ட்டா என் கண்ணுல ஃபிக்ஸ் பண்ணிட்டாரு. அவள ஆம்புலன்ஸ்ல ஏத்துற வரைக்கும், அந்த வளையல் கை அப்படியே நீட்டிட்டுதான் இருந்துச்சு. ஆம்புலன்ஸ்ல ஏத்துன பிறகும், அந்தக் கை வெளியவேதான் நீட்டிகிட்டிருந்துச்சு. ஆம்புலன்ஸ் கதவைச் சாத்துறப்பதான்

கைய உள்ளத் தள்ளினாங்க. இப்பவும் அடிக்கடி கனவுல, அந்த வளையல் கை என் முகத்துல மோதும்'' என்ற மனோஜ் கண்ணீரைத் துடைத்துக்கொண்டான். மீண்டும் ஓட்கா பாட்டிலை எடுத்து அப்படியே வாயில் கவிழ்த்துக்கொண்டு, காலி பாட்டிலைத் தூக்கி எறிந்தான்.

இப்போது திரும்பி ரவீந்தரின் முகத்தைப் பார்த்த மனோஜ், ''தட் வாஸ் எ பியூட்டிஃபுல் லவ் ரவீந்தர். Love in its purest form. அவ இறந்தப்பவே நானும் இறந்துருக்கணும். ஆனா இந்தப் பாட்டுதான் எனக்கு உயிர் கொடுத்தது. இந்தப் பாட்டக் கேக்குற ஒவ்வொரு முறையும், நான் அவளோட வாழுறேன். நான் வாழ்றதுக்காகத் தான் இந்தப் பாட்ட கேக்குறேன்'' என்று பேசி முடித்தான்.

''சார்… நீங்க கல்யாணம்…'' என்று ரவீந்தர் இழுத்தான்.

''இல்ல. அவ இறந்த பிறகு, நான் கல்கத்தாவ விட்டு வரவே இல்ல. இப்ப எங்க பாட்டி உடம்பு சரியில்லாம இருக்காங்கன்னுதான் சென்னை வந்தேன். மரணப் படுக்கைல அவங்க, ''நீ கல்யாணம் பண்ணிக்கோ'ன்னு சொன்னப்ப கூட சரின்னு சொல்லல. மறுபடியும், மறுபடியும் மறக்க நினைச்சாலும், மறக்கமுடியாத காதல் அது'' என்ற மனோஜ், நான் கொஞ்சமும் எதிர்பாராதத் விதமாக திடீரென்று பாடினான்.

நாடகம் முடிந்த பின்னாலும்
நடிப்பின்னும் தொடர்வது என்ன?
ஓரங்க வேடம் இனி போதும் பெண்ணே
உயிர் போகும் மட்டும் உன் நினைவே கண்ணே
உயிரே… வா…

- ஆனந்த விகடன்
(27.1.16)

03

பெண் - 2014

என் கூந்தலைப் பிடித்து இழுத்த என் கணவன், தனது பலம் முழுவதையும் வலது கையில் திரட்டி என் கன்னத்தில் ஓங்கி அறைய... நான், "அம்மா..." என்று கன்னத்தைப் பிடித்துக்கொண்டு சுவரில் சரிந்து அமர்ந்தேன். திருமணம் முடிந்த இந்த ஏழு மாதத்தில், அருண் முதல் முறையாக என்னை அடிக்கிறான்.

அழுதுகொண்டிருந்த என் தலைமுடியை இறுக்கமாகப் பிடித்து தூக்கி, "மரியாதை கொடுத்து மரியாதை வாங்கிக்க." என்ற அருணின் கையை நான் வேகமாகத் தள்ளிவிட்டேன். தள்ளிவிட்ட வேகத்தில் அவனது கை சுவரில் பட... அருண் இன்னும் ஆத்திரமானான். "என்னடி... கை நீட்டுற?" என்றவன் என் இரண்டு கன்னத்திலும் மீண்டும், மீண்டும் ஆவேசத்துடன் அறைந்தான். நான் இரண்டு கன்னத்தையும் பிடித்தபடி, "அய்யோ... வேணாங்க... வலிக்குதுங்க... நான் ஒண்ணும் கைய நீட்டலங்க... தள்ளிதாங்க விட்டேன்..." என்று சுவரில் உடம்பைத் தேய்த்தபடியே நகர... "நீ பேசறத எல்லாம் கேட்டுட்டிருக்க நான் என்ன உன் வேலைக்காரனாடி?" என்ற அருண் என் தொடையில் ஓங்கி உதைத்தான்.

"இனிமே ஒண்ணும் சொல்லமாட்டங்க... விட்டுருங்க ப்ளீஸ்... வலி தாங்கமுடியலங்க" என்று நான் அழுகையுடன் கெஞ்ச...

அருணின் ஆவேசம் கொஞ்சம் தணிந்தது. கடிகாரத்தில் மணியைப் பார்த்துவிட்டு வேகமாக நகர்ந்து ஷுவை மாட்டிக்கொண்டே, "இங்கப் பாரு திவ்யா... என் பேச்சக் கேட்டுகிட்டு இருக்கிறதா இருந்தா இந்த வீட்டுல இருக்கலாம். இல்ல...'' என்றவன் கைவிரலை நீட்டி எச்சரித்துவிட்டு, பைக் சாவியை எடுத்துக்கொண்டு கிளம்பினான்.

என்னால் வலி தாங்க முடியவில்லை. வாயை நகர்த்த முடியாமல், கீழ்த்தாடை கனமாக வலித்தது. ஈறுகளில் ரத்தம் கசிந்து எச்சில் புளித்தது. தூ... என்று எச்சிலைத் துப்பினேன். ரத்தம் கலந்து, லேசான மஞ்சள் நிறத்திலிருந்த எச்சிலைப் பார்த்தவுடன் என் சுய இரக்கம் உச்சத்தைத் தொட.... நான் கதறி, கதறி அழ ஆரம்பித்தேன். எனக்கு விபரம் தெரிந்து யாரும் என்னை கை நீட்டி அடித்ததில்லை. ஏழு மாதத்திற்கு முன்பு, என் வாழ்க்கையில் நுழைந்தவன். சுலபமாக அடித்து நொறுக்குகிறான். சற்றே அழுகை ஓய... மணியைப் பார்த்தேன். ஒன்பதைத் தாண்டிவிட்டது. இனிமேல் கிளம்பி அலுவலகத்திற்கு செல்லமுடியாது. மொபைலை எடுத்து அலுவலகத்திற்கு ஃபோன் செய்து லீவ் சொன்னேன்.

ஒரு மனிதன், தன்னோடு நெருக்கமாகப் பழகிக்கொண்டிருக்கும் சக மனுஷியை எப்படி அடிக்கமுடியும்? வலியால் ஒருத்தி துடிக்க... துடிக்க... ஒருவன் அவளை மனிதத்தன்மையில்லாமல் அடிக்கமுடியுமென்றால் அவனோடு ஏன் வாழவேண்டும்? அருணின் முதல் அடி விழுந்த கணமே அவள் முடிவு செய்து விட்டாள். இனிமேல் இந்த வீட்டில் இருக்கப்போவதில்லை.

மொபைலை எடுத்து அம்மா நம்பருக்கு அடித்துவிட்டு, சட்டென்று கட் செய்தேன். அம்மாவே இன்று வரையிலும், அப்பாவிடம் அவ்வப்போது அடி வாங்கி கொண்டிருப்பவள். அவளிடம் போய் இதைச் சொன்னால் சமாதானம்தான் செய்வாள். வீட்டிற்கு வருகிறேன் என்று சொன்னால் ஒத்துக்கொள்ளமாட்டாள். ஏற்கனவே புது அண்ணி வந்த பிறகு, அம்மாப்பாவிற்கே அங்கு கஷ்டமாக இருக்கிறது. நான் வேறு வருகிறேன் என்று சொன்னால் எப்படி ஏற்றுக்கொள்வாள்? அதுவும் அம்மா, அப்பாவிடம் வாங்கியுள்ள அடிக்கு, நான் அடிபடுவதையெல்லாம் ஒரு மேட்டராகவே எடுத்துக்கொள்ளமாட்டாள்.

அம்மா அடி வாங்குவதை சிறுவயதிலிருந்தே நான் பார்த்து வந்திருக்கிறேன். அந்த கால ஆணாதிக்கத்தின் மொத்த வடிவமான

அப்பா, அம்மாவை அற்ப காரணங்களுக்கெல்லாம் அடிப்பார். இட்லியில் முடி ஒட்டிக்கொண்டிருந்தால் அடிப்பார். சட்னி சரியாக மசியவில்லையென்றாலும் அடிப்பார். அப்பா, அம்மாவை விடச் சற்றுக் குள்ளம் என்பதால் அம்மாவை, ''குனிடி...'' என்று கூற... அம்மா குனிந்து தன் முதுகை காண்பிக்க... நங்கு நங்கென்று அடிப்பார். ஒரு முறை அப்பா மிகவும் உடம்புக்கு முடியாமல் படுத்த படுக்கையாக இருந்தபோது கூட, அம்மாவிடம் 'கிட்ட வந்து அடிய வாங்குடி...'', என்று அழைத்து அடித்திருக்கிறார். நான் வளர்ந்து கல்லூரியில் சேர்ந்த பிறகு, இது தொடர்பாக நான் அம்மாவிடம் கோபமாகப் பேசியிருக்கிறேன்.

''இன்னும் எத்தனை நாளைக்கும்மா அடி வாங்கிகிட்டே யிருப்ப?''

''எல்லாம் பழகிடுச்சு. விடுடி...''

''அதுவும் குனியச் சொல்லி அடிக்கிறாரு. நீயும் நல்லா காட்டுற. இந்த அநியாயமெல்லாம் உலகத்துல எங்கயும் நடக்காது. எவ்ளோ நாளும்மா இப்படியே இருக்கப்போற?''

''வேற என்ன பண்ணச் சொல்ற?''

''பேசாம வீட்ட விட்டு வந்துரும்மா. நான் வேலைக்குப் போயி, உனக்கு சோறு போடறேன்.''

''இது வெறும் சோறு சம்பந்தப்பட்ட பிரச்னை மட்டும் இல்ல திவ்யா. ரெண்டு பொம்பளப் பிள்ளைங்க இருக்கீங்க. உங்களுக்கு நாளைக்கு கல்யாணம் பண்ணி வைக்கணும்.''

''ரிங்கி பட்டாச்சார்யான்னு ஒரு பெங்காலி ரைட்டர், அடிக்கிற புருஷனோட, பிள்ளைங்களுக்காக கூட சேர்ந்து வாழாதீங்கன்னு சொல்லியிருக்காரு.''

''இப்படி கண்டதப் படிச்சுட்டுதான் இந்த மாதிரி பேசிகிட்டுத் திரியற.... இதுக்காக பொண்டாட்டிங்க எல்லாம் கிளம்பிப் போகணும்னா, நம்ம நாட்டுல முக்காவாசி மனைவிகள் அம்மா வீட்டுலதான் இருப்பாங்க. புத்தகத்துல படிக்கிற மாதிரில்லாம் வாழ முடியாது திவ்யா. அதெல்லாம் நீ போற இலக்கிய கூட்டத்துல பேச நல்லாயிருக்கும்... அவ்வளவுதான்.''

''இப்படி ஏதாச்சும் சொல்லிகிட்டு, கூடவே இருக்கறதால தாம்மா இந்த ஆம்பளங்களுக்கு துளிர் விட்டுப் போயிடுது. என்னையெல்லாம் என் புருஷன் அடிச்சான்னா, அடுத்த நிமிஷம் பெட்டிய எடுத்துட்டு வந்துடுவேன்'' என்றேன் ஆவேசமாக. அதற்கு அம்மா பதில் ஒன்றும் சொல்லாமல் கசப்பாகச் சிரித்தாள்.

அம்மாவைப் பற்றி நினைத்தபடி எழுந்தேன். மனதில் ஒரே குழப்பம். வீட்டை விட்டுச் சென்றுவிடுவது என்பதில் உறுதியோடு இருந்தேன். ஆனால் அண்ணியை நினைத்தால், வீட்டுக்குப் போகத் தயக்கமாக இருந்தது. அங்கு அண்ணியின் ராஜ்யம் தான். பேசாமல் ஏதேனும் ஹாஸ்டலுக்குச் சென்றுவிடலாமா? தங்கை ராதிகாவிடம் பேசினால் ஒரு தெளிவு கிடைக்கும் என்று தோன்றியது. ராதிகாவின் அலுவலகம், இங்கிருந்து மூன்று கிலோமீட்டர் தூரத்தில்தான் இருக்கிறது.

ராதிகாவின் அலுவலகத்திற்கு எதிரேயிருந்த உயர்தரமான அந்த ரெஸ்ட்டாரண்டில் நானும், ராதிகாவும் அமர்ந்திருந்தோம். நான் விஷயத்தைக் கூறி முடித்தவுடனேயே ராதிகா சீற ஆரம்பித்தாள். ''ம்ஹ்ம்... இவனுங்க வீரத்த எல்லாம் பொண்டாட்டிகிட்டதான் காட்டுவானுங்க. ரோட்டுல தண்ணியடிச்சுட்டு, தகராறு பண்றவன்கிட்ட போய் வீரத்தக் காட்டச் சொல்லு. பம்மிருவானுங்க. என்ன பிரச்னை? ஏன் அடிச்சாரு?'' என்றாள்.

''போன வாரம் என் நாத்தனார், மதுரைலருந்து ஒரு மேரேஜ்க்காக இங்க வந்திருந்தா. இவரு ஆபீஸ் விஷயமா நாக்பூர் போயிருந்தாரு. அதனால நான் மூணு நாள் லீவு போட்டுட்டு, நல்லபடியாதான் கவனிச்சு அனுப்பினேன். நங்கநல்லூர் ஆஞ்சநேயர் கோயில் அழைச்சுட்டுப் போனேன். ஐநாக்ஸ்ல டிக்கெட் புக் பண்ணி 'குக்கூ' படம் அழைச்சுட்டுப் போனேன். சரவணா ஸ்டோர்ஸ் போயி கேட்ட சாமான எல்லாம் விலையைப் பாக்காம வாங்கிக் கொடுத்துதான் அனுப்பினேன். அப்பவும் மகராசி... என்னக் குறையைக் கண்டாளோ? அவரு நாக்பூர்ல இருக்கறப்பவே போன் பண்ணி ஏதோ வத்தி வச்சிருப்பாப் போல. இன்னைக்கு காலைல வந்ததவுடனே சண்டைய ஆரம்பிச்சிட்டாரு. எனக்கும் ஆத்திரம் தாங்க முடியல. இவ்வளவு செஞ்சு என்ன பிரயோஜனம்னு நானும் பதிலுக்கு பதில் பேசினேன். நான் கொஞ்சம் கூட எதிர்பாக்கவே இல்ல. பேசிகிட்டுருக்கறப்பவே அடிச்சுட்டாரு'' என்றபோது நான் அழுதுவிட்டேன். ''ஏய்... அழாத... பாக்குறாங்க பாரு...'' என்று ராதிகா கூறியவுடன், நான் அவசரமாக கர்ச்சீப்பால் கண்களைத் துடைத்துக்கொண்டேன்.

''பயங்கரமா அடிச்சுட்டாருடி. தாடைய நகர்த்த முடியல. மென்னு சாப்பிட முடியல. தலைமுடிய பிடிச்சு இழுத்ததிலே, தலை பயங்கரமா வலிக்குது. சீப்ப வச்சு தலையை சரியா சீவக்கூட முடியல...'' என்ற நான் சர்வர் வருவதைக் கவனித்து பேச்சை

நிறுத்தினேன். சர்வர் ஆப்பிள் ஜூஸை வைத்துவிட்டு நகர்ந்தவுடன், "கட்டுன பொண்டாட்டிய சந்தோஷமா வச்சுக்கத் தெரியலன்னா, இவனுங்க எல்லாம் ஏன் கல்யாணம் பண்ணிக்கிறானுங்க?" என்றாள் ராதிகா ஆத்திரத்துடன்.

"நான் ஒண்ணும் தீவிரமான ஃபெமினிஸ்ட் எல்லாம் கிடையாது. கன்ஸர்வேட்டிவ் ஃபெமினிஸ்ட்தான். நான் ஒரு பெண்ணா எனக்குரிய கடமைகளை செய்றேன். பதிலுக்கு நீ என்னை மதிச்சு நடத்தணும்னுதான் எதிர்பாக்குறேன். பெண்கள் பலவீனமானவங்கன்னு உறுதிப்படுத்துற எந்த ஒரு செயலையும் நான் ஏத்துக்க மாட்டேன். இதுக்குப் பிறகு நான் ஏன் அவர் கூட வாழணும்?".

"கரெக்ட்... நீயும் அம்மா மாதிரி அடிய வாங்கிகிட்டு உக்காந்திருக்காத..."

"சேச்சே... இதுக்குப் பிறகு அந்தாளு கூட வாழறதப் பத்தி நினைச்சாலே அருவறுப்பா இருக்கு. அதான் கிளம்பி வரலாம்னு பாக்குறேன். ஆனா வீட்டுல அம்மா என்ன சொல்வாங்கன்னு தெரியல. அதுவும் அண்ணி வந்தப்புறம் வீட்டுல எல்லாம் அவ எடுக்குற முடிவுதானே? அவ வேற என்ன சொல்வாளோ? அண்ணன் அப்படியேதான் இருக்கானா?"

"பின்ன? அண்ணிய பொண்ணு பாக்கப் போனப்ப, அவ நமஸ்காரம் பண்ணினாள்ல... அப்ப விண்ணுன்னு, வெள்ள வெளேர்ன்னு, லோகட் ஜாக்கெட்டுக்கு மேல தெரிஞ்ச முதுகப் பாத்து விழுந்தவன்தான். கல்யாணமாயி நாலு மாசமாவுது. இன்னும் எழுந்திரிக்கல. சாயங்காலம் வீட்டுக்கு வந்தவுடனேயே, காந்தம் மாதிரி போய் அண்ணியோட ஒட்டிக்குவான். அவ எங்க போனாலும் பின்னாலயே போவான். நாய் இருக்குற வீட்டுல பிஸ்கெட் பாக்கெட்டோட நுழைஞ்சா, பிஸ்கெட்ட கொடுக்கற வரைக்கும் அந்த நாய்க்குட்டி விடாம நம்ம பின்னாடியே வரும்ல்ல? அந்த மாதிரி சமையகட்டு, ரூமு, மொட்டைமாடின்னு அண்ணி எங்க போனாலும், விடாம பின்னாடி நாய்க்குட்டி மாதிரி போய்கிட்டேயிருப்பான். அதான் நானும், அம்மாவும் அவனுக்கு ஜிம்மின்னு நாய்ப் பேர் வச்சிருக்கோம்," என்று கூறியவுடன் எனக்கு சிரிப்பு வந்துவிட்டது. முழுமையாக சிரிக்கமுடியாமல் தாடை வலித்தது.

தொடர்ந்து ராதிகா, "ஜிம்மிக்கு வாழ்க்கைல ஒரே ஒரு லட்சியம்தான்.... தினம் நல்லபடியா பிஸ்கெட் சாப்பிடணும்"

என்றாள். ''சீ... கருமம் பிடிச்சவளே...'' என்று நான் கவலையை மறந்து சிரித்தபடி, செல்லமாக ராதிகாவின் தலையில் குட்டினேன்.

''நீ அங்க வந்து பாரு. செம காமெடியாக இருக்கும்.''

''ஸோ... அண்ணி ராஜ்யம்தான்ங்கிற... பேசாம ஏதாச்சும் ஹாஸ்டல்ல போய் தங்கிகிட்டுமா?''

''நல்ல கதை. நம்ம மேட்டர்ல எல்லாம் அண்ணி நுழைஞ்சா சிண்ட அறுத்துடவேண்டாம்? நீ வா... ஆனா அம்மாதான் கண்ண கசக்குவா. இல்லன்னாலும் டிவி சீரியல் பாத்து தினம் அவ கண்ண கசக்கிகிட்டுதான் இருக்கா. நீ யோசிக்காம வா... இந்த மாதிரி கிளம்பி வந்தாதான் ஆம்பளங்களுக்கு புத்தி வரும். நான் சாயங்காலம் ஆபிஸ் விட்டு வர்றப்ப, அப்படியே ஏழு மணிக்கு உன் வீட்டுக்கு வர்றேன். ரெண்டு பேரும் சேர்ந்த மாதிரி நம்ம வீட்டுக்குப் போயிடலாம்'' என்றாள் ராதிகா .

வீட்டுக்கு வந்து படுத்த நான் அசதியில் நன்கு தூங்கிவிட்டேன். எழுந்தபோது மணி ஐந்து. ஏழு மணிக்கெல்லாம் ராதிகா வந்துவிடுவாள். விறுவிறுவென்று துணிகளை எடுத்து பேக்கில் அடுக்க ஆரம்பித்தேன். அடுக்கும்போதே திடீர், திடீரென்று கண் இருண்டது. லேசாக மயக்கம் போல வந்தது. திடீரென்று குமட்டிக்கொண்டு வர, ஓடிச் சென்று பாத்ரூமில் வாந்தி எடுத்தேன். என்னாச்சு? என்று யோசித்த எனக்கு அந்த சந்தேகம் வந்தது. போன மாசம் எப்ப வந்துச்சு? என்று நாட்களை எண்ணிப் பார்த்தேன். மை காட்... இப்போது ஒரு வாரத்துக்கு மேல் தள்ளிப் போய்விட்டது. அதாக இருக்குமோ... என்று ஒரு கணம் தோன்றியது.

வீட்டுக்கு அருகிலேயே இருக்கும் டிஜிஓ டாக்டரிடம் சென்றேன். என்னைப் பரிசோதித்து முடித்த டாக்டர், ''சந்தேகமே இல்ல. ப்ரகனன்ஸிதான். ஆனாலும் நாளைக்கு காலைல யூரின் டெஸ்ட் பண்ணி கன்ஃபர்ம் பண்ணிருங்க'' என்றாள்.

இரவு மணி ஏழு. காலிங்பெல் அடிக்கப்பட... நான் எழுந்து சென்று கதவைத் திறந்தேன். வெளியே ராதிகா.

''ஏய்... இன்னும் கிளம்பலையா? அப்புறம் உன் புருஷன் வந்துடப்போறாரு''

''அது வந்து... ராதிகா... இப்ப ஒரு புது ப்ரச்னை'' என்ற நான் விஷயத்தைக் கூறினேன். ராதிகாவின் முகத்தில் சற்று குழப்பம் தெரிந்தாலும் உடனே தெளிவாகி, ''அதுக்காக... நாளைக்கு யூரின் டெஸ்ட்டு பாஸிட்டிவ்னு வந்தா தங்கிடப்போறியா?'' என்றாள்.

''அப்படின்னு இல்ல... ஆனாலும் ஒரு குழந்தைன்னு வந்துருச்சுன்னா... கொஞ்சம் யோசிக்கணும்.''

''யோசிக்கணும்னாலே அவ்வளவுதான். இங்கயே இருக்கப் போறன்னுதான் அர்த்தம்.''

''ராதிகா... நாம நினைச்சபடில்லாம் வாழணனும்னா, பொண்ணா பொறந்திருக்கக் கூடாது. எனக்கே என் மேல வெறுப்பா இருக்குடி. எதுக்கும் தைரியமில்லாம, எல்லா அவமானத்தையும் சகிச்சுகிட்டு... மானங்கெட்ட பொழப்புடி இது'' என்ற என் கண்கள் கலங்கிவிட்டது.

''எக்கேடோ கெட்டுப்போ. என்னால எல்லாம் இவ்வளவு அநியாயத்த பொறுத்துக்க முடியாது. நாளைக்கு எனக்கு கல்யாண மாகி என் புருஷன் அடிச்சான்னா, அடுத்த நிமிஷமே பெட்டிய தூக்கிகிட்டு கிளம்பிடுவேன்'' என்று ராதிகா கூற, நான் பதில் ஒன்றும் சொல்லாமல் சிரித்தேன். சட்டென்று அன்று சிரித்த அம்மாவின் சிரிப்புக்கு, இப்போது அர்த்தம் தெரிந்தது.

– தினமணி கதிர்
13.4.2014

இதயத்தை திருடுகிறாய்

பின்வரும் குறிப்புகளிலிருந்து நான் என்ன செய்து கொண்டிருக்கிறேன் என்பதை நீங்கள் அறிந்துகொள்ளலாம்:

நான் எஃப்எம் தொகுப்பாளினிக்கு மதியம் 12 மணி வெயிலில் போன் போட்டு, "குளிருதே... குளிருதே... உடம்பெல்லாம் உதறுதே..." என்ற பாடலை ஒலிபரப்பச் சொல்லி, என் நண்பன்

அரவிந்துக்கு டெடிகேட் செய்வேன்(அப்போதுதான் அரவிந்த் மறுநாள், "நெஞ்செல்லாம் சிதறுதே... நீ வேணும்ன்னு கதறுதே..." என்ற பாடலை எனக்கு டெடிகேட் செய்வான்).

மதியம் ஒரு மணி டிவி சீரியலில் பொறுமையின் உறைவிடம், கருணையின் பிறப்பிடம், சகிப்புத்தன்மையின் மறு உருவம்... என்றெல்லாம் அழைக்கப்படும் பெண்கள், "உன் வாழ்க்கைய சீரழிச்சு, சர்வநாசமாக்கி, உன்னை நடுத்தெருவுல நாய் மாதிரி துரத்தாம இந்த துர்கா தூங்கமாட்டா..." என்று சொடக்கு போட்டு பேசிவிட்டு, ஸ்லோமோஷனில் காரில் ஏறிச் செல்வதை தங்கையுடன் சேர்ந்து திகிலுடன் பார்ப்பேன். மதியத் தூக்க கனவுகளில், நடிகை எமி ஜாக்ஸனுடன் தம்மடித்தபடி நல்ல பிள்ளையாக ரம்மி ஆடுவேன்.

நீங்கள் நினைப்பது சரிதான். நான் படித்து முடித்துவிட்டு வீட்டில் சும்மா இருக்கிறேன். ஒரு ஆணாக இருந்துகொண்டு, வேலையில்லாமல் இருப்பது, நம் ஊரில் ரொம்பக் கஷ்டம்.. வீட்டில் நம் நலன் கருதி செய்யச்சொல்லும் விஷயங்களை, நமக்கு நம்பிக்கையில்லாவிட்டாலும் செய்தே ஆகவேண்டும். எனவே இப்போது நான் என் அம்மா, அப்பாவுடன் ஜோசியக்காரர் முன்பு உட்கார்ந்திருக்கிறேன்.

எனது ஜாதகக் கட்டங்களை உற்று நோக்கிய ஜோசியர் என் முகத்தைப் பார்த்து, "ஒண்ணும் தேறாது" என்பது போல் உதட்டைப் பிதுக்கினார். பிறகு ஜாதகத்தில் கையை வைத்து, மேற்கு நோக்கி விரலை நகர்த்திக்கொண்டு சென்றவர், டக்கென்று திரும்பி மேற்கு திசையைப் பார்த்தார். கைவிரல்களை விரித்து ஏதோ கணக்கு போட்டுவிட்டு, எங்களை உற்றுப் பார்த்தார்.

"என்ன ஜோசியரே... பையனப் பத்தி ஏதாச்சும் தெரியுதா?" என்றார் அப்பா.

"ம்... பையன் பிஇ படிச்சிருக்கான். சரியா?" என்றவுடன் என் அம்மா, அப்பா இருவரும் ஜோசியரை பிரமிப்புடன் பார்த்தார்கள். என் அப்பா, ஜோசியரின் கையை ஒரு முறை தொட்டுக் கும்பிட்டுக்கொண்டார். அம்மா என் காதில் கிசுகிசுப்பாக, "நான் சொல்லல சரவணா? இவரு அத்தனையும் புட்டு புட்டு வைப்பாருன்னு..." என்றாள்.

நான் எரிச்சலுடன், "அம்மா... தமிழ்நாட்டுல நீங்க ரோட்டுல தடுக்கி ஒரு பையன் மேல விழுந்தா, அவன் பிஇ முடிச்சிருப்பான். இல்ல பிஇ படிச்சிட்டிருப்பான். இல்லன்னா... கூடிய சீக்கிரம் பிஇ

படிப்பான். இதுக்கெதுக்கும்மா ஜோசியரு?'' என்றேன் மெதுவாக.

அப்பா ஜோசியரிடம், ''சார்... பையன் பிஇ முடிச்சு ரெண்டு வருஷம் ஆவுது. இன்னும் வேலை கிடைக்கல. சும்மா கம்ப்யூட்டர் க்ளாஸ் போய்ட்டு வந்துகிட்டு இருக்கான். அதான் வேலை எப்ப கிடைக்கும்னு கேக்குறதுக்காக வந்தோம்'' என்றார்.

''வேலைய விடுங்க... அதை விட ஒரு பெரிய பிரச்னை இருக்கு..''

''என்ன பிரச்னை?''

''பையன் ஜாதகத்துல, இப்ப சுக்கிரனோட தசா புத்தி நடந்துகிட்டிருக்கு. அதனால இப்ப கல்யாண யோகம்தான் உடனே தெரியுது...''

''அப்படியா?'' என்று சந்தோஷத்துடன் கூறிய என்னை அம்மாவும், அப்பாவும் முறைத்தனர்.

''இவரு ஜாதகப்படி பொண்ணு, இங்கருந்து மேற்கே 48 மைல் தூரத்து பொண்ணு. அதாவது கேரளா பொண்ணு...''

''எப்படி கரெக்டா கேரளாப் பொண்ணுன்னு சொல்றீங்க?''

''இங்கருந்து மேற்க 48 மைல்ன்னா தமிழ்நாடு தாண்டி, பாலக்காடு டிஸ்ட்ரிக்ட் வருது. பையனுக்கு போன ஜென்மத்துல பாலக்காடுல ஏதோ லிங்க் இருக்கு'' என்றார் ஜோசியர். இதைக் கேட்ட அப்பா வேகமாக, ''போன ஜென்மத்துல என்ன? இந்த ஜென்மத்துலயே லிங்க் இருக்குங்க. இவ...'' என்று என் அம்மாவை நோக்கி கையை காண்பித்து, ''குருவாயூரப்பனோட தீவிர பக்தை. இவன் நிறை மாசமா இருக்கறப்ப, குடும்பத்தோட குருவாயூர் போனோம். அப்ப திடீர்னு பிரசவ வலி வந்து பாலக்காடு மாதவியம்மா ஆஸ்பத்திரிலதான் இவன் பிறந்தான்'' என்று கூற... ஜோசியர் முகத்தில் ''நான் சொல்லல?'' என்பது போல் ஒரு மலர்ச்சி.

அப்பா அம்மாவிடம் முணுமுணுப்பாக, ''நம்மூர்ல இவ்ளோ சாமி இருக்கறப்ப, கேரளா சாமிய கும்பீட்டீல்ல? இப்பப் பாரு...'' என்றார்.

''பொண்ண பத்தி ஜாதகத்துல வேற ஏதாச்சும் துப்பு தெரியுதாங்க?'' என்றாள் அம்மா.

''ம்... பொண்ணு வயசு 18-லருந்து 25க்குள்ள இருக்கும்'' என்று கூற நான் மனதிற்குள், ''பின்ன... எழுபது வயசு கிழவியையா

காதலிப்பாங்க?'' என்றேன். '''சூப்பர்... சூப்பர்... பின்றீங்களே...'' என்ற அப்பாவை முறைத்தேன்.

''இவரு காதலால பெரிய பிரச்னை வெடிச்சு... அடிதடி, தகராறுல போய் முடியும்'' என்று கூற... அம்மா, ''அதனால பையன் உயிருக்கு ஏதாச்சும் ஆபத்து...'' என்று இழுத்தாள். அப்பா கோபமாக, ''நீ ஏன்டி இதுக்கு பையன் உயிர இழுக்குற... அவன் பச்ச மண்ணு...'' என்று என்னை பாசத்துடன் நோக்க... என் மனம் நெகிழ்ந்துவிட்டது. ஜோசியர், ''சேச்சே... பையன் உயிருக்கெல்லாம் ஒரு ஆபத்தும் இல்லங்க...'' என்று கூற... அப்பாவின் முகம் நிம்மதியானது. ஜோசியர் தொடர்ந்து ''பையனோட அப்பா உயிருக்குத்தான் ஆபத்து'' என்று கூற... ''ஆ...'' என்று அலறினார் அப்பா.

ஆட்டோவில் நாங்கள் அனைவரும் மௌனமாக வந்துகொண்டிருந்தோம். அம்மா ஜன்னல் பக்கம் திரும்பி கண்களைத் துடைத்துக்கொண்டாள்.

''அம்மா... நீ ஏம்மா அழுவுற? நம்ம கேரளா பார்டர்ல இருக்கோம். ஊருல பாதி பொண்ணுங்க மலையாளப் பொண்ணுங்கதான். சும்மா குன்ஷாவா அடிச்சு விடுறாரும்மா'' என்றேன்.

''லவ் பண்ணாக் கூட பரவால்ல. அதனால உங்கப்பா உயிருக்கு ஆபத்துன்னு சொல்றாங்களே... அவரு இல்லாம ஒரு வாழ்க்கையை என்னால கற்பனை பண்ணிக் கூடப் பாக்க முடியாதுடா...'' என்ற அம்மாவை அப்பா காதலுடன் பார்த்தார்.

தொடர்ந்து அம்மா, ''உங்க பேர்ல எடுத்திருக்கிற எல்ஐஸி பாலிசிக்கு, கடைசி ரெண்டு ட்யூ கட்டாமலே இருக்கு. முதல்ல நாளைக்கு அதப் போயி கட்டுங்க. அப்புறம் பாலிசி செல்லாதுன்னுடுவான்'' என்றபடி கண்ணீருடன் தாலியை எடுத்துக் கண்களில் ஒத்திக்கொள்ள... அப்பா ''அடிப்பாவி...'' என்பது போல் அம்மாவைப் பார்த்தார்.

மறுநாள் காலை. வேகமாக வீட்டுக்குள் நுழைந்த அம்மா, ''ஏங்க... உங்களுக்கு விஷயம் தெரியுமா?'' என்றாள். ''என்ன?'' என்றார் அப்பா அசுவாரஸ்யமாக.

''எதிர்வீட்டுல புதுசா ஒரு மலையாளி வந்துருக்காங்க. அவங்களுக்கு நல்ல அழகா, தேவதை மாதிரி ஒரு பொண்ணு இருக்கு'' என்றபோது என் அப்பாவின் முகத்தில் தெரிந்த

அதிர்ச்சியைப் பார்த்தேன். 'காந்திய சுட்டுட்டாங்க'' என்ற தகவல் தெரிவிக்கப்பட்டவுடன், நேருவின் முகம் இப்படித்தான் அதிர்ச்சியாகியிருக்கும்.

அப்போது எதிர்வீட்டுக்குள்ளிருந்து ஸ்பீக்கரில் செண்டை மேளம் ஒலிக்கும் ஒலியும், கூடவே கொம்பு ஊதும் சத்தமும் கேட்க... அப்பா முகத்தில் பீதியுடன், ''இது என்னாடி சத்தம்? சாவு வீட்டுல சங்கு ஊதுற மாதிரி...'' என்றார்.

''அது சங்கு இல்லங்க. கொம்பு ஊதுற சத்தம்'' என்றாள் அம்மா.

அரைமணி நேரம் கழித்து காலிங் பெல் அடிக்க... அப்பா எழுந்து சென்று கதவைத் திறந்தார். வெளியே ஒல்லியாக, உயரமாக, வழுக்கைத் தலையுடன் ஒருவர் நின்றுகொண்டிருந்தார். அவர் அப்பாவைப் பார்த்து, ''நமஸ்காரம். எதிர் வீட்டுக்கு புதுசா குடி வந்துருக்கோம்... என் பேரு கிருஷ்ணன் நாயர்...'' என்றவுடன் அப்பாவின் முகம் இருண்டுபோனது.

கிருஷ்ணன் நாயர் வாசல் பக்கம் திரும்பி, ''உள்ள வரு...'' என்று அழைக்க... அப்போதுதான் கவனித்தோம். படிகளுக்கு கீழ், தெருவில் ஒரு பெண்மணி தலையில் லேசான நரைமுடியுடன், கேரள பாணி சந்தனநிறச் சேலையுடுத்திக்கொண்டு, நின்றுகொண்டிருந்தார். அவர் அருகிலிருந்த இளம்பெண்ணை 'அருகில் ஒரு இளம்பெண்' என்று மூன்றே வார்த்தைகளில் சொன்னால், அது அந்தப் பெண்ணின் அழகுக்கு இழைக்கப்படும் மகத்தான அநீதி.

கடவுள் தான் இத்தனை யுகங்களில் கற்ற அத்தனை படைப்புத்திறனையும், அவளது முகத்தில் காட்டியிருந்தார். உலகிலுள்ள அத்தனை அழகான பெண்களின் முகத்தையும் ஒன்று சேர்த்து உருக்கி ஒரு முகம் செய்தால், அது அந்தப் பெண் முகம் போலத்தான் இருக்கும். சீஸ் மீது லேசாக சாஸை ஊற்றியது போல் பொன்னிற நெற்றியில் தீற்றலாக குங்குமம். மையிட்ட அகன்ற விழிகள். அவளின் இடது கன்னமும், ஈர உதடுகளும் இணையும் புள்ளியில் ஒரு மச்சத்தை வைத்த கடவுள்தான் எவ்வளவு மகத்தான கலைஞன்?

லவ் அட் ஃபர்ஸ்ட் சைட். அனைத்துக் காதலிலும் காதலுக்குப் பிறகுதான் பிரச்னை வரும். ஆனால் என் காதலில், காதலுக்கு முன்பே ஜோசியர் செக் வைத்திருக்கிறார். எனக்கு ஜோதிடத்தில் நம்பிக்கை இல்லை. ஆனால் அப்பா நம்புவதுதான் பிரச்னை.

படியேறி வந்த அவர்களை, ''இது என் மனைவி தேவிகா... இது என் பொண்ணு கார்த்திகா...'' என்று அறிமுகப்படுத்தி வைத்தார். என் தங்கை பூஜா, ''வாங்க... உள்ள வாங்க...'' என்று அவர்களை அழைக்க... அம்மா பூஜாவை முறைத்தார். அவர்கள் உள்ளே நுழைந்தவுடன், நான், ''உட்காருங்க...'' என்று கூற... அப்பா என் காலில் ஓங்கி மிதித்தார்.

கிருஷ்ணன் நாயர், ''காலம் பூரா இந்த உறவு தொடரப்போகுது. அதான் அறிமுகப்படுத்திக்கலாம்ன்னு வந்தோம்...'' என்று கூற... அம்மா அதிர்ச்சியுடன், ''என்ன உறவு?'' என்றாள்.

''அதாங்க... எதிர் வீட்டுல குடிவந்துருக்கோம்ல? அந்த உறவச் சொல்றேன். நீங்க என்ன பண்றீங்க?'' என்றார் அப்பாவை நோக்கி.

''நான் தாலுகா ஆபிஸ்ல சூப்ரன்ட்டா இருக்கேன். நீங்க?''

''நான் ரயில்வேல ஒர்க் பண்றேன். கோயம்புத்தூர்ல இருந்தேன். இப்ப இங்க மாத்திட்டாங்க. பையன் என்ன பண்றான்?'' என்றார் என்னைப் பார்த்தபடி.

''பிஇ படிச்சுட்டு ஜாபுக்கு ட்ரை பண்ணிகிட்டிருக்கான்''

''என் பொண்ணு பிஇ ஃபைனல் இயர்.'' என்று கூற... பூஜா, ''தமிழ் நல்லா பேசுறீங்க...'' என்றாள்.

''இருபத்தஞ்சு வருஷமா, தமிழ் நாட்டுலதான் வேலை செய்றேன். அதனால எங்க வீட்டுல தமிழ் எல்லோருக்கும் அத்துப்படி. சொந்த ஊரு பாலக்காடு பக்கத்துல ஒரு கிராமம்'' என்றார். உடனே நான் வேகமாக, ''சார்... நான் பிறந்தது கூட பாலக்காடு மாதவியம்மா ஆஸ்பத்திரிலதாங்க'' என்றேன்.

''அப்படியா? என் பொண்ணும் அதே ஆஸ்பத்திரிலதான் பிறந்தா. என்னா ஒத்துமை பாருங்க... இவ கார்த்திகை நட்சத்திரத்துல பிறந்தா. அதனாலதான் கார்த்திகான்னு பேர் வச்சோம்''

''அய்......யோ.... நானும் கார்த்திகை நட்சத்திரத்துலதான் சார் பிறந்தேன்'' என்றேன் உற்சாகமாக.

''நீங்க ரொம்ப நெருங்கிட்டீங்க'' என்று என் கையைப் பிடித்து குலுக்கிய கிருஷ்ணன் நாயர், ''எப்படி எல்லாம் பொருந்தி வருது பாருங்க...'' என்று அப்பாவிடம் சொல்ல... அவர் தலையில் கையை வைத்துக்கொண்டு உட்கார்ந்திருந்தார்.

தொடர்ந்து கிருஷ்ணன் நாயர், ''ஆக்ச்சுவலாப் பாத்தீங்கன்னா தமிழுக்கும், கேரளாவுக்கும் நிறைய கனெக்ஷன் இருக்குங்க.

மலையாள மொழியே தமிழ்லருந்தும், சமஸ்கிருதத்துலருந்தும் தான் பிறந்துச்சு. அவ்வளவு ஏன்? கேரளாங்கிற பேரே, பழங்கால தமிழ்ல சேர நாட்டக் குறிக்கிற 'சேரளம்'ங்கிற வார்த்தைல இருந்துதான் வந்ததா விக்கிபீடியா சொல்றான்'' என்றார்.

''அவன் யாரு விக்கிபீடியா? அந்த பயலுக்கு வேற வேலை இல்லையா?'' என்றார் அப்பா எரிச்சலுடன்.

''அது ஒரு வெப்சைட்டுங்க'' என்ற கிருஷ்ணன் நாயர் மேலும் சில நிமிடங்கள் பேசிவிட்டுக் கிளம்பினார். அவர்கள் படியிறங்கிச் செல்ல... பூஜா கார்த்திகாவைப் பார்த்தபடி, ''அம்மா... சேடத்தியம்ம சூப்பரா இருக்காங்கள்ல?'' என்றாள்.

''ஆமாம். 'சேடத்தியம்ம'ன்னா?''

''மலையாளத்துல அண்ணிய 'சேடத்தியம்ம'ன்னு சொல்வாங்க...'' என்ற பூஜாவை அப்பா எரிப்பது போல் பார்த்தார்.

தமிழ் வருடப் பிறப்பு தினம். நாங்கள் குடும்பத்துடன் அருகிலுள்ள கோயிலுக்குச் சென்றபோது, அங்கே கிருஷ்ணன் நாயரும் குடும்பத்துடன் வந்திருந்தார். சன்னிதியில், எங்களுக்கு எதிர்வரிசையில் அவர்கள் நின்றுகொண்டிருந்தனர்.

கார்த்திகா லட்சம் கார்த்திகை தீபங்களுக்கு முன்னால் உட்கார்ந்திருப்பது போல் பிரகாசமாக பளிச்சென்று இருந்தாள். கேரளா வயசுப் பெண்கள் அணிந்திருக்கும் நீண்ட சந்தன நிறச் சட்டையும், பட்டுப் பாவாடையும் அணிந்துகொண்டு, கோயிலிலிருந்த திருமணமாகாத பக்தர்களை கவிஞர்களாக்கிக்கொண்டிருந்தாள். நெற்றியில் சந்தனம். சந்தனத்துக்கு கீழ் அவள் சற்று முன் வைத்த குங்குமம் சிந்தி... அவள் பொன்னிற மூக்கில் லேசாக தெளித்தாற் போல் சிதறியிருந்தது. என்னைப் பார்த்தவுடன் அவள் கண்களில் ஒரு தனி வெளிச்சம். 'ஹாய்..'' என்பது போல் அவள் கையை ஆட்ட... நானும் பதிலுக்குக் கையைத் தூக்கியபோது, அப்பா என் கையைப் பிடித்துக் கீழே இறக்கிவிட்டார். அர்ச்சகரிடம் பூ வாங்கிக் கொண்டு நாங்கள் நகர்ந்தோம்.

கிருஷ்ணன் நாயர் அப்பாவை நோக்கி வந்து, ''என்ன சார்...'' என்று பேச ஆரம்பிக்க... நாங்கள் சன்னிதியைச் சுற்றுவதற்காக முன்னால் நடந்தோம். எனக்கு முன்னால் சென்றுகொண்டிருந்த கார்த்திகா, அர்ச்சகர் கொடுத்த பூவை தலையில் வைத்தபடி

நடக்க... பூ நழுவி கீழே விழுந்தது. நான் ''ஹலோ... எக்ஸ்க்யூஸ் மீ'' என்று கார்த்திகாவை அழைத்தேன்.

''பூகீழ விழுந்துடுச்சு'' என்று நான்பூவை எடுத்து கார்த்திகாவிடம் நீட்டினேன். ''தேங்க்ஸ்'' என்றபடி பூவை வாங்கியபோது அவளின் விரல், என் விரல்களில் தீண்ட எனக்கு சிலிர்த்துப்போனது. அப்போது என்னருகில் வந்த அப்பா, கார்த்திகா என்னிடமிருந்து பூவை வாங்குவதைக் கண்டு அதிர்ச்சியுடன், ''என்ன நடக்குது இங்க?'' என்றார். ''ஒண்ணுமில்ல அங்கிள். தலைலருந்து பூ கீழ விழுந்துடுச்சு. எடுத்துத் தந்தாரு...'' என்றாள் கார்த்திகா.

''இவ்ளோ பெருசா வளந்துருக்கியே... அறிவில்ல உனக்கு? வயசுப் பையன் தர்ற பூவத் தலைல வச்சுக்கலாமா? இங்க தா...'' என்று அந்தப் பூவை வாங்கிய அப்பா அம்மாவிடம், ''இந்தா... இதை நீ வச்சுக்க. உன் பூவத் தா...'' என்று அம்மா கையிலிருந்த பூவை வாங்கி கார்த்திகாவின் கையில் கொடுத்தார். கார்த்திகா ஒன்றும் புரியாமல் பூவைத் தலையில் வைத்தபடி நகர்ந்தாள்.

நாங்கள் சன்னிதியை விட்டு வெளியே வந்தோம். எங்கள் பின்னாலேயே வந்த கிருஷ்ணன் நாயர், ''எங்களுக்கு இன்னைக்கி கல்யாண நாள். அதுக்காக வந்தோம். நாளைக்கும் வரணும். உங்களுக்கு இன்னைக்கி வருஷப் பிறப்பு. எங்களுக்கு நாளைக்கி வருஷப் பிறப்பு. நான்தான் அன்னைக்கி சொன்னேன்ல? தமிழுக்கும், மலையாளத்துக்கும் நெருங்கிய கனெக்ஷன் இருக்குன்னு...'' என்றார்.

''அதனால எல்லாம் தமிழனும், மலையாளியும் ஒண்ணாயிட முடியாதுங்க'' என்றார் அப்பா.

''என்னங்க இப்படி சொல்றீங்க? நீங்கதான் மலையாளின்னா வெறுப்பா பேசுறீங்க. நம்ம டைரக்டர் பாரதிராஜா மகன், ஒரு மலையாளிப் பொண்ணதான கல்யாணம் பண்ணிகிட்டாரு...'' என்றார். இப்போது பூஜா, ''அவ்வளவு ஏன்? ரீஸன்ட்டா தமிழ் டைரக்டர் விஜய், மலையாளப் பொண்ணு அமலா பாலத்தான் கல்யாணம் பண்ணிகிட்டாரு...'' என்றாள். அம்மாவும் தன்னை மறந்து, ''அங்கல்லாம் ஏன் போறீங்க? நம்ம முக்கு வீடு முருகேசன் மகனே மலையாளப் பொண்ணதான கல்யாணம் பண்ணிகிட்டான்...'' என்று கூற... பல்லைக் கடித்துக்கொண்டு அம்மாவை ஆத்திரத்துடன் பார்த்த அப்பாவின் முகத்தில் தீவிர சிந்தனை.

அன்றிரவு அப்பா எங்கள் வீட்டிலிருந்த மூன்று டூவீலர்களையும் எதிர் வீட்டு கார்த்திகா வாசலில் விட அம்மா, ''ஏங்க நம்ம வண்டிய எல்லாம் அங்க நிறுத்துறீங்க?'' என்றாள்.

எப்படியாவது இவங்கள வீட்ட காலி பண்ண வைக்கணும். நாளைக்கு காலைல நம்ம வண்டிங்களப் பாத்துட்டு சண்டைக்கு வருவாங்க. அப்ப நான் போடுற போடுல நாளைக்கே வீட்ட காலி பண்ணிட்டு போவாங்க பாரு'' என்ற அப்பாவை அதிர்ச்சியுடன் பார்த்தேன்.

மறுநாள் காலை எழுந்தவுடன் வெளியே சென்று பார்த்த நாங்கள் அதிர்ந்தோம். எதிர்வீட்டு வாசலில் கார்த்திகா ஒரு பக்கெட்டிலிருந்து தண்ணீரை எடுத்து ஊற்ற... ஊற்ற கிருஷ்ணன் நாயர் என் அப்பாவின் பைக்கைத் துடைத்துக்கொண்டிருந்தார்.

''குட்மார்னிங் சார்... வண்டில்லாம் ஓவர் அழுக்கா இருந்துச்சு. அதான் கழுவிகிட்டிருக்கோம்'' என்று கிருஷ்ணன் நாயர் கூற நானும், பூஜாவும் பொங்கி வந்த சிரிப்பை அடக்கிக்கொண்டோம். அப்பா என்ன சொல்வது என்று தெரியாமல் விழித்தார். நான், ''தேங்க்ஸ் அங்கிள்'' என்றேன்.

''நீங்க தேங்க்ஸ் சொல்றதா இருந்தா என் பொண்ணு கார்த்திகாவுக்குத்தான் சொல்லணும். அவதான் வண்டில்லாம் ரொம்ப அழுக்கா இருக்கு. நம்பளே துடைச்சுடலாம்ன்னா'' என்று கூறிய வினாடியில் என் மனதில் தோன்றிய உணர்வுக்கு ஏதேனும் பெயர் வைத்தால் காதல் என்றுதான் வைக்கவேண்டும்.

திடீரென்று சடசடவென்று மழை பெய்ய ஆரம்பிக்க, நான் வேகமாக அந்த குல்மொஹர் மரத்தடியில் ஒதுங்கினேன். அலட்சியமாக சாலையைப் பார்த்த எனக்கு இன்ப அதிர்ச்சி. கார்த்திகா மழையில் நனைந்தபடி, ஸ்கூட்டியில் வேகமாக அந்த மரத்தடியை நோக்கி வந்தாள். அவள் வண்டியை நிறுத்திவிட்டு மரத்தடிக்கு வந்து நின்ற பிறகுதான் என்னைக் கவனித்துவிட்டு, 'ஹாய்'' என்றாள்.

அவள் கன்னங்களில், தங்கத் தகட்டில் விழுந்த வைரத் துகள்கள் போல் மழைத்துளிகள். அவளின் அழகுக்கு முன்னால் ஜோசியரின் வார்த்தைகள் கொஞ்சம், கொஞ்சமாக தன் பலத்தை இழந்தன. தனியாக இது போல் பேசும் வாய்ப்பு அரிது. அவளை நன்கு இம்ப்ரஸ் செய்யும் முடிவோடு பேச்சைத் துவக்கினேன்.

''எனக்கு மலையாளின்னா ரொம்பப் பிடிக்கும்.''

''மலையாளியப் பிடிக்குமா? இல்ல மலையாளப் பொண்ணுங்கள பிடிக்குமா?'' என்று அவள் கேட்க... நான், ''என்னைப் பொறுத்தவரைக்கும் மலையாளின்னாலே, மலையாளப் பொண்ணுங்கதாங்க..'' என்று கூற அவள் உலகின் மிக அழகிய சிரிப்பை உதிர்த்தாள்.. அது சிரிப்பில்லை. சிம்பொனி.

''நீங்க பேசறப்ப, நடுநடுவுல அய்யே... ஓ... என்ட குருவாயூரப்பா... இந்த மாதிரி போட்டு பேசுங்க. அப்பதான் ஒரு மலையாள எஃபெக்ட் கிடைக்கும்...'' என்றேன்.

''அய்யே... எந்தா இது?'' என்று கார்த்திகா கூற... நான் ''ஆஹா... ஆஹா... கவிதை... கவிதை...'' என்றேன். மீண்டும் சிம்பொனி.

கார்த்திகா கையை நீட்டி மழை நீரை உள்ளங்கையில் பிடித்தபடி, ''அப்புறம் மலையாளப் பொண்ணு தவிர 'வேற எந்த மாதிரி பொண்ணுங்கள பிடிக்கும்?'' என்றாள். நான், ''இந்த மாதிரி மழை நீர கைல பிடிச்சு விளையாடற பொண்ணுங்கள பிடிக்கும்'' என்றவுடன் சட்டென்று கையை பின்னுக்கிழுத்த கார்த்திகா' புன்னகையை மறைத்தபடி என்னை முறைத்தாள்.

''அப்புறம்... உதட்டுக்குள்ள சிரிப்ப அடக்கிகிட்டு முறைக்கிற பொண்ணுங்கள பிடிக்கும்''

''ஏய்'' என்று அவள் வெட்கத்துடன் தலையைத் திருப்பிக்கொள்ள நான், ''வெட்கத்தோட முகத்தைத் திருப்பிக்கிற பெண்களப் பிடிக்கும்'' என்றேன். ''ஸ்டாப் இட்'' என்ற கார்த்திகாவின் முகம் நிறைய சிரிப்பு. ''உங்களுக்கு ரொம்ப தைரியம்'' என்ற கார்த்திகா கையை நீட்டிப் பார்த்துவிட்டு, ''மழை விட்டுருச்சு. நான் கிளம்புறேன்'' என்று வண்டியில் ஏறினாள். அப்போது மரத்திலிருந்து இரண்டு சிவப்பு பூக்கள் அவள் தலை மீது விழுந்து, அப்படியே அவள் கூந்தலில் தொற்றிக்கொண்டு நின்றது.

''எனக்கு இன்னும் கொஞ்ச நேரம் மழை பெஞ்சிருக்கலாம்னு தோணுது. உங்களுக்கு எதாச்சும் தோணுதா?'' என்றேன். அவள் பதில் ஒன்றும் சொல்லாமல் சிரித்தபடி சாவியை போட்டு வண்டியை ஸ்டார்ட் செய்தாள். கிளம்பும்போது, ''எனக்கும் இன்னும் கொஞ்சநேரம் மழை பெஞ்சிருக்கலாம்னு தோணுது'' என்றபடி சென்றாள். நான் உற்சாகத்துடன் அவள் சென்ற திசையைப் பார்த்தேன். கார்த்திகா தெருமுனையில் திரும்பும்போது தமிழ் சினிமாவில் எல்லாக் கதாநாயகிகளும் செய்யும் அந்தக்

காரியத்தை செய்தாள். ஆம்... திரும்புவதற்கு முன்பு என்னை ஒரு முறை திரும்பிப் பார்த்தாள்.

மறுநாள் மாலையும் நன்கு மழை பெய்துகொண்டிருந்தது. தம்மடித்துவிட்டு வரலாம் என்று குடையை எடுத்துக்கொண்டு கிளம்பினேன். சற்று தூரம் சென்றதும் மனதில் சந்தோஷ மின்னல். எனக்கு முன்பாக கார்த்திகா குடையுடன் சென்றுகொண்டிருந்தாள். சட்டென்று ஒரு முடிவெடுத்த நான் அருகிலிருந்த நாடார்கடைக்குச் சென்று, ''அண்ணாச்சி இந்தக் குடையக் கொஞ்சம் வச்சிக்குங்க'' என்று குடையைக் கொடுத்துவிட்டு மழையில் நனைந்தபடி நடந்தேன். அவளை நெருங்கியவுடன் ''ஹலோ'' என்றேன். அவள் திரும்பி என்னைப் பார்த்துச் சிரித்தாள்.

''நம்ம சந்திக்கிறப்ப எல்லாம் மழை பெய்யுது'' என்றேன்.

''இல்ல மழை பெய்றப்ப எல்லாம் நாம் சந்திக்கிறோம். ஏன் நனையுறீங்க... உள்ள வாங்க'' என்றாள் சுற்றிலும் பார்த்தபடி. நான் குடைக்குள் நுழைந்தேன். மழைச்சாரல் முகத்தில் விழ... குடைக்குள் நெருக்கமாகத் தெரிந்த கார்த்திகாவை ரசித்தபடி, ''மழைல எங்க?'' என்றேன்.

''போன் ரீசார்ஜ் பண்ண. நீங்க எங்க? தம்மடிக்கவா? அனாவசியமா பொய் சொல்லாதீங்க. நீங்க மொட்டை மாடில தம்மடிக்கிறப்ப பாத்திருக்கேன்'' என்றபடி கார்த்திகா தன் கூந்தலை முன்னால் தூக்கி போட்டபோது, அவள் கூந்தல் நுனி ஈரத்துடன் என் கன்னத்தில் உரசிவிட்டுச் சென்றது.

''மழை பெய்றப்ப உங்களுக்கு என்னங்க தோணும்?'' என்றேன்.

''ம்... மழை பெய்றப்ப டிவிடில 'சிங்கம்' படம் பார்ட் ஒண்ணும், பார்ட் டூவும் சேர்ந்த மாதிரி பாக்கணும்ன்னு தோணும்'' என்றவளின் முகத்தில் குறும்புச் சிரிப்பு.

''என்னது'' என்று அதிர்ந்த நான் சற்று சமாளித்துக்கொண்டு, ''ஓகே... வேற என்ன தோணும்?'' என்றேன்.

''ம் தெலுங்குல பாலகிருஷ்ணா நடிச்ச 'லயன்' படம் பாக்கலாம்ன்னு தோணும்'' என்றாள்.

''நீங்க சொல்றப்பவே காதுக்குள்ள யாரோ டேய்ன்னு அலர்ற மாதிரி இருக்குங்க. நீங்க ரொம்ப வயலன்ட்டான ஆளா இருப்பீங்க போல. கொஞ்சம் ஸாஃப்ட்டா ரொமான்டிக்கா ஏதும் உங்களுக்குத் தோணாதா?''

"எனக்கு தோண்றது இருக்கட்டும். உங்களுக்கு என்னத் தோணும்"

"எனக்கு" என்று அவளை உற்று நோக்கிய நான் "இந்த மாதிரி அழகான பொண்ணோட, ஒரே குடைக்குள்ள நடந்து போறது பிடிக்கும்" என்றவுடன் அவள் சட்டென்று நின்றாள். சில வினாடிகள் உற்றுப் பார்த்தவள், "உங்க கடை வந்துடுச்சு" என்று சிகரெட் கடையை கண்களால் காட்டினாள்.

வேறு வழியின்றி நான் சிகரெட் கடையை நோக்கி நடந்தேன். "ஒரு நிமிஷம்" என்று பின்னாலிருந்து கார்த்திகாவின் குரல் கேட்கத் திரும்பினேன். அவள் தன் முகத்தைப் பயமுறுத்துவது போல் வைத்துக்கொண்டு, "சட்டபூர்வமான எச்சரிக்கை: புகைப்பிடித்தல் புற்றுநோயை உருவாக்கும். புகைப்பழக்கம் உயிரைக் கொல்லும்" என்று அழகாகக் கூற எனக்கு கொஞ்சம் கூடப் பயமே வரவில்லை.

ஞாயிற்றுக்கிழமை. அம்மா துவைத்த துணிகளை எடுத்துக் கொண்டு வாசல் பக்கம் காயப்போட செல்ல... அப்பா, "ஏய் இன்னைக்கி துணியை எல்லாம் எதிர்வீட்டு வாசல் கொடில காயப் போடுடி" என்றார்.

"ஏங்க?" என்ற அம்மா சட்டென்று விஷயத்தைப் புரிந்து கொண்டு துணிகளை எதிர்வீட்டு வாசலில் காயப்போட்டாள். நான் அப்பாவிடம், "கொஞ்சமாச்சும் மனசாட்சியோட நடந்துக்குங்கப்பா. நம்ம காயப்போட்டா அவங்க எங்க துணியக் காயப்போடுவாங்க?" என்றேன்.

"அத அந்த நாயர் வந்து கேப்பான்ல? அப்ப வச்சுக்கிறேன் கச்சேரிய" என்றார் அப்பா. அப்பா எதிர்பார்த்தபடியே ஒரு மணி நேரம் கழித்து காலிங் பெல் அடித்தது. வெளியே இரண்டு வாளிகளில் துணிகளுடன் கார்த்திகாவும், கிருஷ்ணன் நாயரும் நின்றிருந்தனர். கிருஷ்ணன் நாயர் எதுவும் கேட்பதற்கு முன்பே அப்பா எடுத்தவுடனேயே எகிறி அடித்தார்.

"அப்படித்தான்யா உங்க வீட்டு வாசல்ல காயப் போடுவோம். இப்ப என்னய்யா வேணும் உனக்கு?" என்றார். நான் கிருஷ்ணன் நாயரை பரிதாபத்துடன் பார்த்தேன்.

"சார் நான் அதைப் பத்தி ஒண்ணும் கேக்கவே இல்ல. அங்க காலை வெயில் அடிக்கும்னு போட்டுருப்பீங்க. நாங்க வேணும்ன்னா உங்க வீட்டு வாசல்ல துணிய காயப்

போட்டுக்கலாமான்னு கேக்க வந்தேன். அவ்வளவுதான்''

''யோவ் நாயரே... நான் காயப்போட்டா, நீ பதிலுக்கு எங்க வீட்டுல காயப்போடுவியா? இந்த வேலைல்லாம் இங்க வேணாம்'' என்றார் அப்பா. பதிலுக்கு கிருஷ்ணன் நாயர் கோபப்படுவார் என்று எதிர்பார்த்தோம். ஆனால் அவரோ, ''பரவால்லங்க... நாங்க அப்புறம் காயப் போட்டுக்குறோம். கார்த்திகா... நீ வாம்மா'' என்று நகர்ந்தார். இதை எதிர்பார்க்காத அப்பா மேற்கொண்டு சண்டையை எப்படி வளர்த்துவது என்று தெரியாமல், ''யோவ்... நான் பேசிகிட்டேயிருக்கேன். மரியாதையில்லாம போய்கிட்டிருக்க'' என்றார். இதற்கும் கிருஷ்ணன் நாயர் கோபப்படாமல், ''சரி நிக்குறேன். சொல்லுங்க'' என்றார்.

அம்மாவிடம் அப்பா, ''என்னடி இவன்? அடாவடியா எவ்ளோ பேசினாலும் சண்டைக்கே வரமாட்டேங்கிறான்'' என்றவர், ''டேய் கொஞ்சமாச்சும் சண்டை போடுடா'' என்று முனகியபடி படிகளில் அவரை அடிப்பது போல் வேகமாக இறங்கினார். நான் அப்பாவின் தோளைப் பிடித்து நிறுத்தினேன். அப்போது கண்களில் நீர் ததும்ப கார்த்திகா, ''சார்... எங்கப்பா எதாச்சும் தெரியாம பேசியிருந்தா மன்னிச்சுடுங்க'' என்று கூற... அப்பா அமைதியானார்.

அன்று மாலை. அர்ச்சனைக் கூடையுடன் கார்த்திகா கோயிலுக்குச் செல்வதைப் பார்த்துவிட்டு நான் வேகமாக பின்னால் சென்றேன். என்னைப் பார்த்த கார்த்திகாவிடம், ''உங்கள்ட்ட கொஞ்சம் தனியா பேசணும். பார்க்ல போய் பேசலாமா?'' என்றேன்.

பார்க்கில் கார்த்திகா, ''உங்கப்பாவுக்கு எங்கள கண்டாலே பிடிக்கல. நீங்க ஏன் என் பின்னாடி வர்றீங்க?'' என்றாள்.

''எங்கப்பா பண்ணதுக்கு ஸாரி கேட்கத்தான் வந்தேன்.''

''நாங்க என்னங்க தப்பு பண்ணோம்? ஏன் தேவையே இல்லாம உங்கப்பா எங்க மேல வெறுப்பக் கொட்டுறாரு இந்த மாதிரி எங்கள யாரும் அசிங்கப்படுத்தினதில்ல'' என்ற கார்த்திகா மேற்கொண்டு பேசமுடியாமல் அழ ஆரம்பித்துவிட்டாள். ''கார்த்திகா என்னங்க நீங்க...'' என்று நான் அவள் கைகளைப் பிடித்து ஆறுதலாக அழுத்த... அவள் அப்படியே என் தோளில் சாய்ந்து சத்தமாக அழுதாள்.

அதற்கு மேல் தாங்க முடியாத நான் அவள் தோளை அணைத்தபடி, ''கார்த்திகா... ஐ லவ் யூ'' என்றேன். ஒரு வினாடி முகம் மலர்ந்த கார்த்திகா சட்டென்று முகம் மாறி,, ''இப்பவே

உங்கப்பாவுக்கு எங்கள கண்டா ஆகமாட்டேங்குது. இதுல லவ் வேற பண்ணா அவ்ளோதான்'' என்று என்னிடமிருந்து நகர்ந்துகொண்டாள்.

"அய்யோ... உங்கள பிடிக்காம எல்லாம் இல்லங்க என்ன பிரச்னைன்னா'' என்ற நான் ஜோசிய விவகாரத்தைக் கூறி முடித்தேன். சில நிமிடங்கள் அமைதியாக அமர்ந்திருந்த கார்த்திகா சட்டென்று எழுந்தபடி, ''அப்பன்னா கண்டிப்பா நான் உங்கள லவ் பண்ண முடியாது'' என்றாள்.

"ஏங்க... என்னை உங்களுக்கு பிடிக்கலையா?''

"உங்கள எனக்கு ரொம்ப பிடிச்சிருக்கு. எனக்கும் ஜோசியத்துல எல்லாம் நம்பிக்கை கிடையாது. ஆனா உங்கப்பா நம்புறாரு. அதான் முக்கியமான விஷயம். காதலால தன் உயிருக்கு ஆபத்துன்னு நம்புறவரு எப்படி நம்ம காதலை ஏத்துக்குவாரு? அதுவுமில்லாம. அவரு அப்படி பயப்படுறாருன்னு தெரிஞ்சும் நாம காதலிச்சா, அதை விட பெரிய சுயநலம் வேற இல்ல. என்னை மன்னிச்சுடுங்க'' என்ற கார்த்திகா வேகமாக நடந்து சென்றாள்.

மேற்கொண்டு ஒன்றும் பேசாமல் கார்த்திகாவின் பின்னால் நடந்து வெளியே வந்த நான் அதிர்ந்தேன். அப்பா எதிர்டீக்கடையில் டீ குடித்தபடி எங்களைப் பார்த்துக்கொண்டிருந்தார்.

வீட்டுக்கு வந்தவுடன், அப்பா முதலில் என் கன்னத்தில் ஓங்கி ஒரு அறைந்துவிட்டுதான் பேச ஆரம்பித்தார்.

"என் உயிருக்கு ஆபத்துன்னு தெரிஞ்சும் எப்படிரா அவ கூட பழக மனசு வருது?'' என்றார்.

"நீங்க நினைக்கிற மாதிரி எதுவும் நடக்கலப்பா'' என்றேன்.

"அப்ப நீங்க லவ் பண்ணலையா?''

"ரெண்டு பேருக்கும் பிடிச்சுதான்ப்பா இருக்கு. ஆனா நான் என் லவ்வ அவகிட்ட சொன்னப்ப, கார்த்திகா என்ன சொன்னா தெரியுமா?'' என்ற நான் கார்த்திகா சொன்ன விஷயத்தைக் கூற அப்பா மிகவும் ஆச்சர்யத்துடன் எதிர்வீட்டைப் பார்த்தார்.

மூன்று வருடங்களுக்கு பிறகு:

எனக்கு வேலை கிடைத்து, எங்கள் வீட்டாரின் சம்மதத்துடன் எனக்கும், கார்த்திகாவுக்கும் திருமணமாகி ஒரு குழந்தையும் பிறந்துவிட்டது. என் தந்தையின் உயிருக்கு எவ்வித ஆபத்துமின்றி பேரக் குழந்தையைக் கொஞ்சிக்கொண்டிருக்கிறார்.

- ஆனந்த விகடன்
ஜூலை, 2015

வெல்ல வேட்டை

நான் நாடார் கடை வந்தவுடன் நின்றுவிட்டேன். பட்டன் இல்லாத டவுசரை இழுத்து இடுப்பில் முடிந்துகொண்டு, நாடார் கண்ணில் படுவது போல் நின்றுகொண்டேன். என் சட்டையைப் பிடித்திழுத்த என் தம்பி பிச்சைமுத்து, ''பள்ளிகூடத்துக்கு லேட்டாயிடுச்சூண்ணன்'' என்றான். பிச்சைமுத்து, நான் படிக்கும் பள்ளியிலேயே நான்காம் வகுப்பு படித்துக்கொண்டிருக்கிறான். என்னைவிட ஐந்து வயது சிறியவன்.

''இருடா... வெல்லம் வாங்கிட்டுப் போகலாம்'' என்ற நான் பிச்சைமுத்தின் மூக்கில் ஒழுகிக்கொண்டிருந்த சளியைத் துடைத்துவிட்டேன். நாடார்கடையில் கும்பலாக இருந்தது. நான் நன்றாகப் படிப்பேன் என்பதால், அண்ணாச்சிக்கு என் மீது ஒரு தனி பிரியம் உண்டு. கும்பல் இல்லாத சமயத்தில் கேட்டால், கொஞ்சம் தூள் வெல்லம் தருவார். என் டவுசர் பாக்கெட்டில் காலையிலேயே அரிசியைப் போட்டு, தண்ணீரை ஊற்றி ஊற வைத்திருந்தேன். அதில் வெல்லத்தை கலந்து சாப்பிட்டால் நல்ல ருசியாக இருக்கும்.

''டேய் மணி... ஸ்கூலுக்கு வரலையா?'' என்று பின்னால் குரல் கேட்க... திரும்பினேன். துரைக்கண்ணு கையில் மஞ்சள் பையோடு நின்றுகொண்டிருந்தான். துரைக்கண்ணும் என் க்ளாஸ்தான்.

''நீ போ. நான் கொஞ்சம் வெல்லம் வாங்கிட்டு வரேன்'' என்றவுடன் என்னை நெருங்கிய துரைக்கண்ணு, ''இத்துணூண்டு வெல்லத்துக்கு ஏன்டா இங்க நின்னுகிட்டிருக்க? உனக்கு வெல்லம்தான வேணும். நான் ஒரு ஐடியா சொல்றேன். வா...'' என்று என் தோள் மீது கைபோட்டு ரோட்டோரமாக அழைத்துச் சென்றான்.

''நேத்து எங்கண்ணன் ஒரு முழுவெல்லம் கொண்டுட்டு வந்து கொடுத்தான். ஏதுன்னு கேட்டேன். நம்ம குப்புசாமியண்ணன் புதுசா கள்ளச்சாராய வியாபாரம் ஆரம்பிச்சிருக்காராம். அதுக்காக ஏரிக்கரையோரமா குருட்டு மதகு, ஒத்தைக் காவாய்ப் பக்கமா புதர்க்காட்டுல ஏகப்பட்ட ஊறல் போட்டிருக்காராம்''

''ஊறல்ன்னா?'' என்றேன் என் சட்டையைப் பிடித்திழுத்த பிச்சைமுத்தின் கையைத் தட்டிவிட்டபடி.

''ஊறல்ன்னா... சாராயம் காய்ச்சறதுக்கு முன்னாடி, ஒரு பெரிய பானைத் தண்ணில வெல்லம், கடுக்காய், பேட்டரி உப்பு, கருவேலம்பட்டை எல்லாத்தையும் போட்டு மண்ணுல புதைச்சு, வைக்கப்போர போட்டு மூடி வச்சிருவாங்க. அப்புறம் நாலஞ்சு நாள் கழிச்சு, அத எடுத்துட்டுப் போய் காய்ச்சி சாராயம் தயாரிப்பாங்க. ஒரு பானைக்கு அரை மூட்டை வெல்லம் போடுவாங்களாம். அது கொஞ்சம், கொஞ்சமா கரைய மூணு, நாலு நாள் ஆவுமாம். அதுக்குள்ள போனோம்ன்னா, பானைலருந்து வெல்லத்த எடுத்துடலாம்...''

''அங்க குப்புசாமியண்ணன் ஆளுங்கள்லாம் இருக்கமாட்டாங்களா?''

''ம்ஹ்ம்... ஊறல் போட்டு நாலஞ்சு நாள் கழிச்சுதான் வருவாங்க'' என்று துரைகூற... எனக்கு உடம்பெல்லாம் இனித்தது. ஒரு பானையில் பாதி முழுவதும் வெல்லமா?

என் அப்பா ஒரு ஏழை விவசாயக் கூலி. வருடத்தில் பாதி நாட்கள் வேலையிருந்தாலே அதிசயம். வரும் கூலிப் பணம் கஞ்சிக்கே போதாது. இதில் தின்பண்டங்களையெல்லாம் கற்பனை செய்து கூட பார்க்கமுடியாது. எங்களுடைய அதிகபட்சத் தீனி, அரிசியை வறுத்துத் தின்பதுதான். அதையும் வறுத்து தரமுடியாது என்று அம்மா மறுத்துவிட்டால், ஊற வைத்த அரிசிதான் தீனி.

இட்லி, பலகாரம் எல்லாம் தீபாவளியின்போது யாராவது கொடுத்தால்தான் உண்டு. ஆனால் என் நாக்கு எப்போதும் இனிப்புக்காக ஏங்கிக்கொண்டேயிருக்கும். அவ்வப்போது நாடார் கடையில் ஓசி வாங்கித் தின்னும் சிறுதுண்டு வெல்லத்தின் ருசி, முழு நாக்குக்கும் பரவுவதற்குள்ளேயே தீர்ந்துவிடும். ஒன்பதாவது படித்துக்கொண்டிருக்கிறேன். இது வரையிலும் என் வாழ்நாளில் ஒரு முறை கூட முழு வெல்லம் சாப்பிட்டதில்லை. என் வாழ்நாளுக்குள் ஒரு முழு வெல்லமாவது தின்றுவிடவேண்டும் என்பதுதான் என் கனவு. இதோ அந்தக் கனவு நனவாகப் போகிறது. அரை மூட்டை வெல்லம்.

"இப்ப அங்க போலாமா துரை?" என்றேன்.

"அய்யோ... நான் பள்ளிக்கூடத்துக்குப் போகணும்" என்ற துரை வேகமாக ஓடிவிட்டான். நான் பிச்சைமுத்தின் முகத்தைப் பார்த்தேன். நான் ஒன்றும் கேட்காமலேயே பிச்சைமுத்து, "வெல்லம் எடுக்க போலாம்ண்ணன்... இன்னைக்கி ஸ்கூல் போகவேண்டாம்..." என்றான். அவனுக்கும் வெல்லம் என்றால் உயிர். வெல்லத்தை விட என் மீது உயிராக இருப்பான். பள்ளியில் அவன் வகுப்பில் இருக்கும் நேரத்தைத் தவிர, எப்போதும் என் கூடவேதான் சுற்றுவான்.

நானும், பிச்சைமுத்தும் ஏரிக்கரையை நோக்கி நடக்க... எப்போதும் எங்கள் பின்னால் திரியும் தெரு நாய் டைகரும் எங்களுடன் சேர்ந்துகொண்டது.

பத்து நிமிடம் நடந்து ஏரிக்கரையை நெருங்கியவுடன், சிலுசிலுவென்று காற்று வீசியது. ஏரிக்கரையோரமிருந்த பனை மரங்களும், புங்கை மரங்களும் காற்றில் ஆடிக்கொண்டிருந்தன. நாங்கள் நேராக குருட்டு மதகை நோக்கி நடந்தோம். மதகருகில் அடர்த்தியாக வளர்ந்திருந்த புதர்க்காட்டுக்குள் நுழைந்தோம்.

உள்ளே திரும்பிய திசையெங்கும் வேலிக்காத்தான் மரங்கள்தான். நடுநடுவே ஒன்றிரண்டு பூவரச மரங்கள். வேலிக்காத்தான் மரங்களின் கீழ், ஏராளமான ஆரஞ்சு நிற அணில் பழங்கள் விழுந்து கிடந்தன. நான் பழங்களை எடுத்து வாயில் போட்டுக்கொண்டு, தம்பிக்கும் நீட்டியபடி சுற்றிலும் பார்த்தேன். சற்று தூரத்தில் வெள்ளைப்பூண்டுச் செடிகளுக்கு நடுவே, வைக்கோல் குவியலைப் பார்த்தவுடன் குஷியாகி அதை நோக்கி நடந்தேன்.

அருகே செல்ல... செல்ல... அந்த நாற்றத்தை உணர்ந்தோம். பிச்சைமுத்து மூக்கை சுருக்கினான். டைகர் மோப்பம் பிடித்துக்கொண்டே வைக்கோல்குவியலை நோக்கி ஓடியது. டைகரின் பின்னால் ஓடிய நான், வேகமாக வைக்கோலைத் தூக்கிப் போட்டேன். பூமியில் புதைக்கப்பட்டிருந்த பானையின் வாய்ப்புறம் மட்டும் வெளியே தெரிந்தது. வாய்ப்புறத்தை மூடிக் கட்டியிருந்த சாக்குத்துணியை நான் அவிழ்க்க... நாற்றம் குப்பென்று அடித்தது. பிச்சைமுத்து மூக்கைப் பொத்திக் கொண்டான். அந்த நாற்றம் என்னை ஒன்றும் செய்யவில்லை. பானைக்குள் இருப்பது வெல்லமல்லவா?

பானையுள் நுரைப்படலம் வெள்ளையாக பரவியிருந்தது. பானையை பூமியில் புதைத்திருந்ததால், நின்றபடி என்னால் பானையுள் கையை விட முடியவில்லை. எனவே தரையில் குப்புறப் படுத்துக்கொண்டு பானையில் கையை விட்டேன். மெல்ல நுரையை விலக்கினேன். ஏரித்தண்ணீர் போல் கலங்கலாக இருந்த நீரில் கடுக்காயும், கருவேலம்பட்டைகளும் மிதந்துகொண்டிருந்தன. நான் கையைக் கீழே விட்டுத் துழாவ... வெல்லங்கள் கையில் அகப்பட்டன. நான் "பிச்சைமுத்து... வெல்லம்டா..." என்று சத்தமாக கூறியபடி வேகமாக ஒரு வெல்லத்தை வெளியே எடுத்தேன். லேசாக கரைந்திருந்த அந்த வெல்லம், நல்ல கருப்பாக இருந்தது. நான் வாயில் வெல்லத்தை வைக்கப்போனேன்.

"இருண்ணன்... ஏரித்தண்ணில கழுவிட்டு சாப்பிடலாம்" என்றான் பிச்சைமுத்து.

"அப்ப இரு... எல்லா வெல்லத்தையும் எடுத்துடலாம்..." என்ற நான் பானையில் கையைவிட்டு வரிசையாக வெல்லங்களை எடுத்தேன். பிச்சைமுத்துவும் குப்புறப் படுத்துக்கொண்டு வெல்லத்தை எடுக்க முயற்சித்தான். ஆனால் அவனுக்கு கை எட்டவில்லை. நான் எடுக்க எடுக்க வெல்லம் வந்துகொண்டேயிருந்தது. வெல்லத்தை எல்லாம் சாக்குத்துணியில் போட்டேன். மொத்தம் முப்பது வெல்லங்களுக்கு மேல் இருக்கும். சாக்குத் துணியைக் கட்டிக்கொண்டு ஏரிமேட்டில் ஏறி, வேகமாக சரிவில் இறங்கினோம். ஒரு வெல்லத்தை ஏரி நீரில் கழுவிவிட்டு பிச்சைமுத்திடம் நீட்டினேன்.

"நீ சாப்பிடுண்ணன்..." என்றான் பிச்சைமுத்து..

''நீ சாப்பிடுறா. நான் வேற வெல்லம் எடுத்துக்குறேன்'' என்று அவன் வாயில் வெல்லத்தை திணித்தேன். அவன் வெல்லத்தை ஒரு கடி கடித்துவிட்டு, ''சூப்பரா இருக்குண்ணன்... நீ சாப்பிடு'' என்று வெல்லத்தை நீட்டினான். நான் வாயில் வைத்துக் கடித்தேன். நாவில் முதலில் மெலிதாக இறங்கிய வெல்லத்தின் ருசி... நான் தொடர்ந்து வெல்லத்தை கடிக்க, கடிக்க... நாக்கு முழுவதும் பரவி இனித்தது.

அருகில் குவியலாகக் கிடந்த வெல்லத்தைப் பார்க்க... பார்க்க... எனக்கு கண் கலங்குவது போல் இருந்தது. நாடார் கடை வெல்லத்துண்டைப் போல் இது தீரப்போவதில்லை. நாடார் கடை வெல்லம் தீர்ந்துவிடுமே என்பதற்காக நக்கி நக்கி சாப்பிடுவேன். இதை நக்கியெல்லாம் சாப்பிடத் தேவையில்லை. நன்கு கடித்து, எத்தனை வேண்டுமானாலும் சாப்பிடலாம். நாள் முழுக்க சாப்பிட்டுக்கொண்டே இருக்கலாம். கடிக்க கடிக்க தீராத வெல்லம் இது.

ஏரிக்கரையில் உட்கார்ந்து சாவகாசமாக ஒவ்வொரு வெல்லமாக கடித்து சாப்பிட ஆரம்பித்தோம். நக்கும் வெல்லத்தின் ருசி நாக்கு முழுவதும் பரவாது. ஆனால் கடிக்கும் வெல்லத்தின் ருசி, நாக்கில் ஒரு துளி இடத்தைக் கூட விடாது பரவியது. இது கொஞ்சம் மட்டமான வெல்லம் போல. நடுநடுவே சிறுகற்களும், கரும்புச்சக்கையும் பல்லில் தட்டுப்பட... அவற்றைத் தூக்கி எறிந்துவிட்டு வெல்லத்தை சாப்பிட்டேன். வாயில் பாதி வெல்லம் இருக்கும்போதே, அடுத்தடுத்த வெல்லத்தைப் போட்டு கடித்துக்கொண்டேயிருந்தேன். பிச்சைமுத்தைப் பார்த்தேன். அவன் முகம் முழுவதும் சிரிப்பு. அவன் உதட்டோரம் கசிந்த எச்சிலுடன் வெல்லம் கலந்து, தாடையில் கறுப்பாக வழிந்துகொண்டிருந்தது. நான் பிரியத்துடன் அவன் எச்சில் வெல்லத்தைத் துடைத்துவிட்டேன். பிச்சைமுத்து என் தாடையில் வழிந்த வெல்லத்தைத் தொட்டு, தன் நாக்கில் வைத்து சுவைக்க... எனக்கு மிகவும் சந்தோஷமாக இருந்தது. எங்களிடையே ஏற்கனவே இருந்த பிரியத்தை அந்த சாராய வெல்லம் மேலும் அதிகரித்துவிட்டது.

''நல்லாகடிச்சுநிறைய சாப்பிடுடா. இது தீர்ந்து போனாலும் வேற ஊறல்லருந்து எடுக்கலாம்'' என்ற நான் டைகரைப் பார்த்தேன். அது என் வாயையே பார்த்துக்கொண்டிருந்தது. பொதுவாக டைகருக்கு வெல்லம் பிடிக்காது. நாடார்க் கடை வெல்லத்தை கொடுத்தால், மோந்து பார்த்துவிட்டுச் சென்றுவிடும். இருந்தாலும் எதற்கும்

கொடுத்துப் பார்ப்போம் என்று ஒரு வெல்லத்தைத் தூக்கிப் போட்டேன். சிறிது நேரம் வெல்லத்தை முகர்ந்து பார்த்த டைகர் சட்டென்று அதை வாயில் கவ்விக்கொண்டது. முதலில் மெதுவாக வெல்லத்தைக் கடித்த டைகருக்கு, அதன் ருசி பிடித்துப்போக... வேக, வேகமாக கடித்தபடி என் முகத்தைப் பார்த்தது. நான் சிரிப்புடன் பிச்சைமுத்தைப் பார்த்து, ''இங்க பாருடா. டைகருக்கு நல்ல வெல்லம் பிடிக்கமாட்டேங்குது. ஆனா சாராய வெல்லம் பிடிக்குது...'' என்றேன். டைகர் என்னைப் பார்த்து குரைக்க... நான் மேலும் ஒரு வெல்லத்தைப் போட்டேன்.

பிச்சைமுத்து நான்கைந்து வெல்லத்தைத் தின்று முடித்தவுடன், ''போதும்ண்ணன்... என்னமோ பண்ணுது'' என்றான். மேலும் சில வெல்லங்களைத் தின்றவுடன் எனக்கும் திகட்ட ஆரம்பித்தது. அதுவரையிலும் என் வாழ்நாளில் நான் எதையும் திகட்டத் திகட்ட தின்றதில்லை. முக்கி முக்கி மேலும் ஒரு வெல்லம் மட்டுமே தின்ன முடிந்தது. மிச்சமிருந்த வெல்லத்தை எண்ணினேன். பதினெட்டு இருந்தது.

''மிச்சத்தை என்னடா பண்றது?''

''வீட்டுக்கு எடுத்துட்டுப் போயிடலாம்ண்ணேன்...''

''திருட்டு வெல்லம்... அதுவும் சாராய வெல்லம்ன்னு தெரிஞ்சுது... அம்மா கொன்னே போட்டுரும்...'' என்று யோசித்த நான், ''வா...'' என்று எழுந்தேன்.

மீண்டும் குருட்டு மதகு புதர்க்காட்டுக்கு வந்தோம். நன்கு பெரிதாக வளர்ந்திருந்த வேலிக்காத்தான் மரங்களைப் பார்த்தேன். அதன் இரண்டு கிளைகளுக்கிடைப்பட்ட பகுதியில் வெல்லத்தை வைக்கும் அளவுக்கு இடம் இருந்தது. அங்கு ஈரவெல்லத்தை வைத்தால் அப்படியே ஒட்டிக்கொண்டுவிடும். அந்தப் பகுதிக்கு யாரும் வரப்வோவதில்லை. அப்படியே வந்தாலும் கறுப்பு வெல்லம், கிட்டத்தட்ட மரத்தண்டுகளின் நிறத்திலேயே இருப்பதால் யார் கண்ணிலும் படாது. பிறகு வந்து எடுத்து தின்னலாம். நானும், பிச்சைமுத்தும் ஆளுக்கு இரண்டு வெல்லங்களை டவுசர் பாக்கெட்டில் போட்டுக்கொண்டு, மீதி வெல்லங்களை வேலிக்காத்தான் மரங்களில் வைத்தோம். புதர்க்காட்டிலிருந்து மேடேறி சாலைக்கு வந்தவுடன் பிச்சைமுத்து, ''அண்ணன்... மீதி வெல்லத்தை எப்ப சாப்பிடலாம்?'' என்றான்.

''நாளைக்கு ஸ்கூல் விட்டு வந்த பிறகு சாப்பிடலாம்'' என்றேன்.

''அது தீந்துருச்சுன்னா?''

"தீந்துருச்சுன்னா, அடுத்த ஊறலப் பிரிக்கவேண்டியதுதான்" என்று சிரித்தேன்.

அடுத்த இரண்டு நாட்களில் வெல்லத்தை தீர்த்துவிட்டு புதிய ஊறலைத் தேடினோம். ஆனால் புதிய ஊறல் சாமான்யமாக கண்ணில் படவில்லை. உச்சிக்கால்வாய், மேற்குக்கால்வாய்ப் பகுதி வரை வளைத்து வளைத்து தேடியும் ஒரு ஊறலையும் கண்டுபிடிக்கமுடியவில்லை. நான் பிச்சைமுத்திடம், "என்னடா... புது ஊறல் போடலையோ?" என்றேன்.

"இல்லையே.... நேத்துக் கூட குப்புசாமியண்ணன் இந்தப் பக்கம் வந்தாரே..."

"போன ஊறலப் பிரிச்சுட்டோம்ல... அதான் மறைவா எங்கயோ போட்டுருக்காங்க"

அலைந்து அலைந்து அலுத்துப்போய் உட்கார்ந்தோம். "என்னண்ணன்... எங்கயும் காணோம்..." என்ற பிச்சைமுத்தின் முகம் மிகுந்த ஏமாற்றத்தில் இருந்தது. அதைப் பார்த்த எனக்கு தாங்க முடியவில்லை. எப்படியாவது ஊறலை கண்டுபிடித்தே ஆகவேண்டும். அப்போது சட்டென்று அந்த யோசனைத் தோன்றியது.

"டேய்... டைகரும் அன்னைக்கி வெல்லம் சாப்பிட்டுதுல்ல... அதை அழைச்சுட்டு வந்தா கண்டுபிடிச்சுடும்டா..." என்று கூற பிச்சைமுத்தின் முகம் பளிச்சென்று மலர்ந்தது.

"சூப்பர் ஐடியாண்ணன். இப்பவே போய் அழைச்சுட்டு வரேன்" என்ற பிச்சைமுத்து சிட்டாகப் பறந்தான். பத்தே நிமிடத்தில் டைகரோடு வந்தான். இடத்தைப் பார்த்தவுடனேயே, எதற்கு வந்திருக்கிறோம் என்று டைகருக்கு புரிந்துவிட்டது. அது மோப்பம் பிடித்தபடி வேகமாக நடக்க... நாங்கள் பின்னால் சென்றோம். டைகர் ஒரு முட்புதருக்குள் நுழைந்து, ஓரிடத்தைப் பார்த்துக் குரைத்தது. நாங்கள் ஆவலுடன் பார்த்தோம். ஆனால் அங்கே ஊறல் எடுத்த காலிப்பானைதான் கிடந்தது. எங்களை ஏமாற்றத்துடன் பார்த்த டைகர், முன்பை விட ஆவேசமாக தேடியது. சரியாக கால் மணி நேரத்திற்கு பிறகு, பிறிதொரு இடத்தில் கீழே குவியலாக வெட்டிப் போடப்பட்டிருந்த முட்செடிகளைப் பார்த்து டைகர் குரைத்தது.

"டேய்... நம்ம பழைய ஊறல எடுத்துட்டோம்ல? அதனால வைக்கப்போருக்கு பதிலா முள்ள வெட்டிப் போட்டிருக்காங்க.

நம்ம யாரு?'' என்று பிச்சைமுத்தைப் பார்த்து சிரித்தேன். கவனமாக முட்செடிகளை எடுத்து விட்டு ஊறல் பானையைப் பிரித்தோம்.

அதன் பிறகு வாரத்திற்கு இரண்டு முறையாவது வெல்ல வேட்டைக்குக் கிளம்பி விடுவோம். குப்புசாமியண்ணன் எங்கு இடத்தை மாற்றினாலும், நாங்கள் டைகரை வைத்துக் கண்டுபிடித்துவிடுவோம். அதனால் எங்கள் கிராம மக்களுக்கு சரியாக நொதிக்காத, அரைகுறை ஊறலில் தயாரித்த தரமில்லாத சாராயம்தான் கிடைத்து வந்தது.

எப்போதும் வெல்லத்தை எடுத்தவுடன் ஏரிக்கரைக்குச் சென்றுவிடுவோம். கையில் வெல்லத்தோடு ஏரி நீரில் குளிப்போம். வெல்லத்தை தூக்கிப் போட்டு கேட்ச் பிடித்து விளையாடுவோம். வெல்லத்தை சோப்புகட்டி போல் உடம்பில் தேய்த்தே கரைப்போம். வாயில் எந்நேரமும் வெல்லத்துடனே திரிவோம்.

ஒரு நாள் நாங்கள் வெல்லவேட்டைக்குச் சென்றபோது, குப்புசாமியண்ணன் அப்போதுதான் புதிதாக ஊறல் போட்டுக்கொண்டிருந்தார். நாங்கள் புதர்களுக்கு பின்னால் மறைந்து நின்றபடி பார்த்தோம். டைகரிடம் குரைக்காமல் இருக்கும்படி வாயில் விரல் வைத்துக் காட்டினேன். இந்த முறை அவர்கள் வெல்லத்தை பானையில் போடவில்லை. தார் டின் போன்ற ஒரு பெரிய பிளாஸ்டிக் பேரலில் நீரை ஊற்றி, அதில் வெல்லத்தைக் கொட்டினார்கள். அந்த பேரல் நான்கைந்தடி உயரம் இருக்கும். நான் கிசுகிசுப்பாக பிச்சைமுத்திடம், ''இன்னைக்கு நாத்தம் இல்லாத வெல்லம் கிடைக்கப்போவுது...'' என்றேன்.

அவர்கள் பேரலை குழியில் இறக்கிவிட்டு, சாக்குத்துணியால் வாய்ப்புறத்தைக் கட்டி மூடி, மேலே முட்செடிகளைப் போட்டுவிட்டுச் சென்றனர். நாங்கள் ஐந்து நிமிடங்கள் அந்த இடத்தை விட்டு நகரவே இல்லை. தூரத்தில் பேச்சு சத்தம் மெல்ல மெல்ல தேய்ந்து ஓய்ந்தவுடன், ஊறலை நோக்கி நடந்தோம்.

ஊறலைப் பிரிக்க... உள்ளே தெளிவான தண்ணீருக்கு கீழே, பளிச்சென்று தெரிந்த வெல்லத்தைப் பார்த்தவுடன் சந்தோஷமாக இருந்தது. நாற்றமடிக்காத, கரையாத புது வெல்லம். சந்தோஷத்துடன் தரையில் குப்புறப் படுத்துக்கொண்டு பேரலில் கையை விட்டேன். பேரலின் ஆழம் அதிகம் என்பதால், கால்வாசித் தண்ணீர் வரைதான் கையை விட முடிந்தது. அதற்காக நான் பெரிதாக கவலைப்படாமல் பேரலின் விளிம்பில் ஏறி

அமர்ந்துகொண்டு பேரல் தண்ணீரில் காலை விட்டுப் பார்த்தேன். காலும் எட்டவில்லை.

"சீக்கிரம் எடுண்ணன்..." என்றான் பிச்சைமுத்து.

"இருடா...." என்று யோசித்த எனக்கு வேறு வழித் தெரியவில்லை. அப்படியே ஊறலில் குதித்துவிட்டேன். வெல்லத்தின் மீதுதான் நான் நின்றுகொண்டிருந்தேன். ஆனால் வெல்லத்தை எடுப்பதற்காக கையைக் கீழே விட்டபடி குனிந்தால் தலை பேரலில் முட்டியது. நான் எவ்வளவு முயன்றும் பாதித் தண்ணீர் வரை கையை விட முடிந்ததே தவிர, வெல்லத்தைத் தொடமுடியவில்லை. எழுந்து வெளியே வந்த நான், "முத்து... நான் குனிஞ்சா தலை முட்டுது. நீ இறங்கு,..." என்றேன்.

"அய்ய..." என்று பிச்சைமுத்து முகம் சுளிக்க... "உனக்கு வெல்லம் வேணும்ன்னா இறங்கு" என்றேன். சில வினாடிகள் யோசித்த பிச்சைமுத்து, மளமளவென்று சட்டையைக் கழட்டிவிட்டு பேரலில் இறங்கினான். அவன் தலை பேரலில் முட்டாமல், கை கீழேச் சென்றது. ஆனாலும் வெல்லத்தைத் தொடமுடியாமல், "கை எட்டமாட்டேங்குதுண்ணன்..." என்றான். அவன் முழுமையாக தண்ணீரில் மூழ்கினால்தான் வெல்லத்தை எடுக்கமுடியும். "தண்ணில முங்கி கைய விடுடா..." என்றேன்.

"அய்யய்யோ... என்னால முடியாது..."

"முங்குடாங்கிறேன்..." என்று நான் அவன் தலையைப் பிடித்து தண்ணீருக்குள் அமுக்கினேன். சற்று திமிறிய பிச்சைமுத்து கையில் வெல்லம் அகப்பட்டவுடன் திமிறுவதை நிறுத்திவிட்டு, வெல்லத்துடன் தண்ணீரை விட்டு மேலே வந்தான். ஒரு வாய் கடித்துவிட்டு என்னிடம் வெல்லத்தை நீட்டினான். வெல்லம் கிடைத்த உற்சாகத்தில் பிச்சைமுத்து இப்போது எந்தத் தயக்கமுமின்றி, நீரில் மூழ்கி ஒவ்வொரு வெல்லமாக எடுத்து என்னிடம் கொடுத்தான்.

அப்போது திடீரென்று டைகர் குரைக்கும் சத்தம் கேட்க... நான் வேகமாகத் திரும்பிப் பார்த்தேன். ஒரு புதர் மறைவிலிருந்து குப்புசாமியண்ணன் நான்கைந்து ஆட்களுடன் பேசியபடி வர.... எனக்கு பகீரென்றது. ஏதோ மறந்துவிட்டதை எடுக்க வந்திருக்கிறார்கள் போல. டைகரையும், எங்களையும் பார்த்தவுடன் குப்புசாமியண்ணனின் முகம் மாறியது. வேட்டியை மடித்துக்கட்டிக்கொண்டு ஆத்திரமாக, "கம்னாட்டி நாய்ங்களா...

இந்தப் பசங்கதான்டா எங்க ஊறல் போட்டாலும் பிரிக்கிறானுங்க. புடிச்சு கையை கால வெட்டுங்கடா...'' என்று தன் ஆட்களிடம் கூவியபடி ஓடிவந்தார். எனக்கு என்ன செய்வது என்றே தெரியவில்லை. மாட்டினால் அடி பின்னி எடுத்துவிடுவார்கள்.

பேரலிலிருந்து எட்டிப் பார்த்த பிச்சைமுத்து, முகத்தில் பீதியுடன் ''அண்ணன்...'' என்று அலறினான். ''பயப்படாம மேல ஏறுடா...'' என்றேன். பிச்சைமுத்து மேலே ஏறமுடியாமல் திணறினான். அருகில் நெருங்கிய குப்புசாமி ஆட்களை மறித்தாற்போல் நின்றபடி டைகர் குரைக்க... அவர்கள் சற்றே தயங்கியபடி நின்றனர்.

இந்த இடைவெளியைப் பயன்படுத்திக்கொண்டு, நான் பேரலினுள் கைகளை நீட்டி பிச்சைமுத்துவை வெளியே தூக்கினேன். வெளியே வந்த பிச்சைமுத்தின் கையைப் பிடித்து இழுத்துக்கொண்டு, மெயின் ரோடிருக்கும் திசையை நோக்கி ஓடினேன். எங்கள் பின்னாலேயே டைகரும், குப்புசாமி ஆட்களும் ஓடிவந்தனர். டைகர் அவ்வப்போது திரும்பி அவர்களைப் பார்த்துக் குரைத்தபடியே ஓடி வந்தது.

''டேய்... நில்லுங்கடா... களவாணிப் பசங்களா... நாங்க உயிரக் கொடுத்து தொழில் பண்றோம். வந்து நாசமாக்கிட்டுப் போறீங்களா நாய்களா?'' என்றபடி குப்புசாமியண்ணன் எங்கள் மீது செருப்பை விட்டெறிந்தார். நாங்கள் சட்டென்று அடர்த்தியான முட் செடிகளுக்குள் புகுந்து ஓட ஆரம்பித்தோம். இதில் குழம்பிப்போன டைகர் எங்கோ திசை மாறி சென்றுவிட.... நானும் பிச்சைமுத்தும் மட்டும் சிட்டாகப் பறந்தோம். கஷ்டப்பட்டு மெயின்ரோடுக்குச் சென்றுவிட்டால், ஊர் வந்துவிடும். அதன் பிறகு மாட்டினாலும் பிரச்னையில்லை. ஊர்க்காரர்கள் தடுத்து, என்ன ஏதென்று விசாரித்து அடியிலிருந்து காப்பார்கள். இங்கே இவர்களிடம் தனியாக மாட்டினால் அவ்வளவுதான்.

தூரத்தில் மெயின் ரோடு தெரிய... நாங்கள் உற்சாகத்துடன் சாலையை நோக்கி ஓடினோம். பிச்சைமுத்து எனக்கு முன்னால் வேகமாக ஓடிக்கொண்டிருந்தான். சாலை நெருங்க... பிச்சைமுத்து வேகமாக மேட்டில் ஏறி, சாலை விளிம்பைத் தொட... நான் திரும்பி குப்புசாமியண்ணனைப் பார்த்தேன். அப்போது அவர் ச ாலையைப் பார்த்து, ''அய்யோ... மகமாயி...'' என்று கத்தியபடி நின்றுவிட்டார்.

நான் வேகமாகத் திரும்பி சாலையைப் பார்த்தேன். பிச்சைமுத்து சாலையில் வேகமாக ஏறவும், அந்த சாலைத் திருப்பத்திலிருந்து

அதி வேகமாக வந்த லாரி பிச்சைமுத்து மீது மோதவும் மிகச்சரியாக இருந்தது. லாரி மோதிய வேகத்தில் என் கண் முன்னாலேயே பிச்சைமுத்து ரோட்டில் நான்கைந்தடி தூரம் தூக்கி வீசப்பட.... நான் ''முத்து...'' என்று கத்தியபடி சாலையை நோக்கி பேய் போல ஓடினேன். அதற்குள் லாரி கீழே விழுந்து கிடந்த பிச்சைமுத்தின் மீது ஏறி பிரேக் போட்டு நின்றது. பின்னால் குப்புசாமியண்ணன் ஆட்களும் கத்தியபடி ஓடிவந்தனர். நான், ''முத்து... முத்து....'' என்று அலறியபடி சாலை மேடேறினேன். லாரியிலிருந்து இறங்கிய டிரைவர் எங்களைப் பார்த்துவிட்டு ஓட ஆரம்பித்தான்.

நான் சாலையில் கிடந்த பிச்சைமுத்தை நோக்கி வேகமாக ஓடினேன். நான் பிச்சைமுத்தை நெருங்கியபோது, அவன் உடலில் ஒரு அசைவும் இல்லை. தலை, முகம், உடம்பெல்லாம் ரத்தம் வழிந்தோட... கண்கள் வானத்தை வெறித்துப் பார்க்க... ஒரு துளி சந்தேகத்துக்கும் இடமின்றி, பிச்சைமுத்து இறந்து கிடந்தான். அதிர்ந்துபோன நான் அழக்கூடத் தெம்பின்றி, பிரமைப் பிடித்தாற் போல் சில வினாடிகள் நின்றேன். பிறகு அப்படியே மண்டியிட்டு அமர்ந்து பிச்சைமுத்துவை நோக்கி குனிந்தேன். பிச்சைமுத்துவின் பால் வடியும் முகத்தில், இப்போது வெறும் ரத்தக்காயங்களை மட்டுமே பார்க்க முடிந்தது. அந்த கண்கள் மட்டும் என்னையே வெறித்து பார்ப்பது போல் இருந்தது.

அம்மா அடிக்கும்போதெல்லாம் என் முதுகுக்குப் பின்னால் வந்து ஒளிந்துகொள்ளும் பிச்சைமுத்து, ஒன்றுக்கு போகும் போது கூட ஒரு கையால் என்னைப் பிடித்தபடியே மூத்திரம் போகும் பிச்சைமுத்து, பக்கத்து வீட்டில் கொடுத்த ஒற்றை வாழைப்பழத்தை வைத்திருந்து, நான் வந்தவுடன் பிட்டுக் கொடுத்த என் பிரியத்திற்குரிய தம்பி பிச்சைமுத்து பிணமாகக் கிடந்தான்.. நான் அவன் முகத்தையே பார்த்துக்கொண்டிருந்தேன்.

''நம்ம வீட்டுல மட்டும் ஏண்ணன் இட்லி, தோசைல்லாம் சுடமாட்டேங்கிறாங்க?''

''பாட்ஷா மாதிரி பேசட்டுமாண்ணன்? நான் ஒரு தடவைச் சொன்னா... நூறு தடவை சொன்ன மாதிரி''

''அண்ணன்... பேய் இருக்காண்ணன்?''

''லட்டுன்னா என்னண்ணன்?''

''வயசாகி நம்மல்லாம் செத்துப்போயிடுவோம்ன்னு அம்மா சொல்றாங்க. செத்துப்போறதுன்னா என்னாண்ணன்?''

நான் தோள்கள் குலுங்க அழ ஆரம்பித்தேன். பிச்சைமுத்தை தூக்கி மடியில் போட்டுக்கொண்ட எனது அழுகை கொஞ்சம், கொஞ்சமாக அதிகரித்தது. அவனை நெஞ்சோடு சேர்த்து கட்டி அணைத்துக்கொண்டு, கதறி கதறி அழுதேன். அழுதபடியே அவன் கைகளை வருடியபோதுதான் கவனித்தேன். மூடியிருந்த அவன் வலது கையில் ஏதோ தெரிந்தது. நான் பிச்சைமுத்துவின் கைவிரல்களைப் பிரிக்க... கையில் ரத்தக்கறையுடன் ஒரு சிறுதுண்டு வெல்லம்.

இவையெல்லாம் நடந்து ஏறத்தாழ இருபது ஆண்டுகள் ஆகிறது. நன்றாகப் படித்த நான், ப்ளஸ் டுவில் மாவட்டத்திலேயே முதலாவதாக வந்தேன். எங்கள் ஸ்கூல் ஹெட்மாஸ்டரின் உதவியுடன் அண்ணா பல்கலைகழகத்தில் பிஇ படித்துவிட்டு, இன்று சென்னையில் ஒரு பெரிய தனியார் நிறுவனத்தில், மாதம் ஒரு லட்சம் ரூபாய் சம்பளம் வாங்கிக்கொண்டிருக்கிறேன். வீட்டில் எல்லாப் பொருட்களையும் வாங்கிக் குவித்துவிட்டாலும், தீபாவளிக்கு அதிரசம் சுடக் கூட வெல்லம் மட்டும் வாங்குவதே இல்லை.

- ஆனந்த விகடன் தீபாவளி மலர்
2014

06

விண்ணைத் தாண்டி வருவாயா?

(முன்குறிப்பு: இச்சிறுகதை முழுக்க, முழுக்க கடந்த 2010 ஆம் ஆண்டு வெளிவந்த கௌதம் மேனனின் 'விண்ணைத் தாண்டி வருவாயா?'' திரைப்படத்தை மையமாகக் கொண்டது. எனவே அப்படத்தின் கதைச்சுருக்கம்: இயக்குனராகும் கனவில் இருக்கும் கார்த்திக்(சிம்பு), ஜெஸ்ஸி (த்ரிஷா) என்ற கிருஸ்துவ மலையாளப் பெண்ணைக் காதலிக்கிறான். கார்த்திக், ஜெஸ்ஸியின் சொந்த ஊரான ஆலப்புழை வரை அவளைத் துரத்திச் சென்று தனது காதலைச் சொல்கிறான். அப்போது அவன் காதலை நிராகரிக்கும் ஜெஸ்ஸி, பிறகு அவன் காதலை ஏற்கிறாள். ஆனால் மத வேறுபாடு காரணமாக ஜெஸ்ஸியின் தந்தை இக்காதலை எதிர்க்கிறார். ஜெஸ்ஸி வேறொருவனைத் திருமணம் செய்துகொள்கிறாள். கார்த்திக் தன் காதல் ஜெயித்தது போல், திரைப்படம் எடுத்து வெற்றியடைகிறான்.)

ஒரு திரைப்படம், உங்கள் வாழ்க்கையை அப்படியே புரட்டிப் போடும் என்று சொன்னால் நீங்கள் நம்புவீர்களா? நான் நம்புவேன். 2010 பிப்ரவரி 26. அன்றுதான் 'விண்ணைத் தாண்டி வருவாயா?'' படம் வெளியானது. ஒரு ஸாஃப்ட்வேர் நிறுவனத்தில் எஞ்சினியராக இருந்த என்னை அந்தப் படம் போட்டுத் தாக்கியது. அப்போது இளமையின் உச்சத்தில் இருந்த என் வாழ்க்கையை, தலைகீழாக திருப்பிப் போட்டது.

திருவான்மியூர் தியாகராஜா தியேட்டரில்தான், நான் முதன்முதலாக அப்படத்தைப் பார்த்தேன். படத்தில் ஹீரோவுக்கு என் பெயர்தான் கார்த்திக். தமிழ்நாட்டில் அப்படி ஒரு காதல் படம் வந்து பல ஆண்டுகளாகிவிட்டது. பார்க்க பார்க்க நான் பைத்தியமானேன். ஏறத்தாழ ஒரு வார காலம் அப்படத்தை தினமும் நைட் பார்த்தேன். ஒரு ஞாயிற்றுக்கிழமை ஈவ்னிங் ஷோ, நைட் ஷோ இரண்டு காட்சிகளும் பார்த்துவிட்டு, மறுநாள் அலுவலகத்தில் கொட்டாவி விட்டுக்கொண்டிருந்தேன்.

என் அருகில் உட்கார்ந்திருந்த அசோக், ''என்னடா நேத்தும் VTV யா? (அப்போது இளைஞர்கள் அப்படத்தை சுருக்கமாக VTV என்றுதான் சொல்வார்கள்)'' என்றான். ''ஆமாம் ஒரே நாள்ல ரெண்டு ஷோ'' என்றவுடன் என்னை உற்றுப் பார்த்த அசோக், ''யாரையாச்சும் காதலிக்கிறியா?'' என்றான்.

''இல்ல. ஆனா இந்தப் படத்தப் பாத்ததுலருந்து யாரையாச்சும் காதலிச்சே ஆகணும்ன்னு தோணுது. காதலிச்சு தோத்துப் போயிட்டாக் கூட பரவால்ல மச்சி... ஆனா காதலிக்காம இருந்துடக்கூடாது''

''அப்ப லவ் பண்ணு... நம்ம பேங்ளூர் ஆஃபிஸ்லருந்து ஒரு பொண்ணு புதுசா ட்ரான்ஸ்ஃபர் ஆகி வந்துருக்கு பேரு ஜெஸ்ஸி" என்றாள் என் வலது பக்கத்தில் அமர்ந்திருந்த ஸ்வேதா சிரிப்புடன்.நான் சடாரென்று நிமிர்ந்தேன்.''ஏய் நிஜமாதான் சொல்றியா?எந்த டிபார்ட்மென்ட்?'' என்றேன்.''ஹெச்ஆர்'' என்றவுடன் என் அடிமனதில் ஒரு துடிப்பு. ''ஆளு நல்லாருக்காளா?'' என்றேன்.

''விடிவி டயலாக் மாதிரி, அவள உன் கண்கள் வழியா பாத்தாதான் தெரியும்''

''எஸ்'' என்ற நான் சட்டென்று எழுந்தேன். ''அசோக் வா... ஹெச்ஆர்ல உன்னோட குவார்ட்டர்லி ஸேலரி ஹைக் என்னாச்சுன்னு கேட்டுட்டு வரலாம்'' என்று அசோக்கை எழுப்பினேன்.

நாங்கள் ஹெச்ஆர் டிபார்ட்மென்ட்டில் நுழைந்தபோது ,அனைவரும் சீரியஸாக வேலையில் ஆழ்ந்திருந்தார்கள். கடைசி கேபினில் உட்கார்ந்திருந்த பெண் புதிதாக தெரிந்தாள். முகம் முழுதாகத் தெரியவில்லை. அவளுடைய பின்னப்படாத கூந்தல் அலை அலையாக தலையிலிருந்து நழுவி அவளின் இடது கன்னத்தில் விழுந்து மறைத்திருந்தது.''தலைமுடியப் பின்னாமலிருக்கா.மலையாளியாதான் இருக்கணும்'' என்ற என்னை அசோக் முறைத்தான். அவள் அருகில் நெருங்கி, ''எக்ஸ்க்யூஸ் மீ'' என்று அழைக்க... கூந்தலைத் தள்ளிக்கொண்டு திரும்பினாள். ''மை காட்'' என்று மனதிற்குள் கூவியபடி பார்த்தேன். உங்கள் வாழ்க்கையில் நீங்கள் இதுவரை சந்தித்த அழகான பெண்ணை விட அவள் இரண்டு மடங்கு அழகாக இருந்தாள். பொன்னிறம். சின்ன கண்கள். மெல்லிய உதடுகள்.

''நீங்க புதுசா?'' என்றேன்.

''எஸ்... ஹௌ கேன் ஐ ஹெல்ப் யூ?''

''என்னைக் காதலித்து உதவி செய்யலாம்'' என்றேன் அசோக்கின் காதில். ''ஏய்'' என்று காலில் மிதித்த அசோக், ''என் குவார்ட்டர்லி ஸேலரி ஹைக் ஸ்டேஜ் தெரியணும்'' என்றான். மெலிதான புன்னகைத்த ஜெஸ்ஸி, ''எந்த யூனிட்?'' என்றாள்.''ரீடெய்ல் யூனிட்'' என்றேன் நான். ஜெஸ்ஸி ''எம்ப்ளாயி நம்பர்?'' என்றாள். அசோக் நம்பரைச் சொல்ல... கணினி திரையைப்பார்த்து , ''நெக்ஸ்ட் வீக் தெரியும். வீ வில் ஸென்ட் தி மெய்ல்'' என்றாள்.

''ஓகே... தேங்க் யூ.... மிஸ்... ஆர்...'' என்று நான் இழுக்க, ''மிஸ்... மிஸ் ஜெஸ்ஸி'' என்றாள்.

''நீங்க மலையாளியா?'' என்றேன்.

''இல்ல. தமிழ்தான். ஏன் கேக்குறீங்க? நீங்க மலையாளியா?'' என்றாள்.

''இல்ல அசல் சென்னை தமிழ் பையன்''

''நிஜமாவா? அப்புறம் ஏன் என்னை மலையாளியான்னு கேட்டீங்க?'' என்றாள் சந்தேகத்துடன்.

''சத்தியமா தமிழன்தாங்க. எங்கப்பா தமிழ் வாத்தியார். எங்கம்மா தமிழ் டீச்சர்'' என்றேன் நான்.''ஓகே ஓகே'' என்று அவள் கூற நான் விடாமல், ''தமிழ்ல உயிரெழுத்து 12. மெய்யெழுத்து 18. ஈறுகெட்ட எதிர்மறை பெயரெச்சம்ன்னா

என்னான்னு தெரியும்.வேணும்ன்னா குறுந்தொகை பாட்டு சொல்லட்டுமா? முளி தயிர் பிசைந்த காந்தள் மெல்விரல்'' என்றேன். அடக்கமுடியாமல் சிரித்த ஜெஸ்ஸி, ''போதும் போதும் நீங்க தமிழன்தான்.அப்புறம் ஏன் என்னை ஏன் மலையாளி யான்னு கேட்டீங்க?'' என்றாள்.

''நீங்க விண்ணைத் தாண்டி வருவாயா போய் பாருங்க''

மறுநாள் கஃபேடெரியாவில் அவள் தனியாக அமர்ந்து கோல்டு காஃபி குடித்துக்கொண்டிருந்தாள். நான் கையில் மாதுளம் பழச் சாறுடன் ''ஹாய்'' என்று அவள் எதிரில் அமர்ந்தேன். ''விடிவி பாத்துட்டீங்களா?'' என்றேன். ''விடிவி?'' என்று அவள் புருவத்தை உயர்த்த... நான், ''விண்ணைத் தாண்டி வருவாயா'' என்றேன்.

''இன்னும் பாக்கல''

''சீக்கிரம் பாத்துடுங்க. இந்த வாரத்துக்குள்ள விடிவி பாக்காதவங்கள டெர்மினேட் பண்ணிடுங்கன்னு ஸி.இ.ஓ. ஆபரேஷன்ஸ் சொல்லியிருக்காரு'' என்றவுடன் அவள் கூந்தலை பின்னால் தள்ளிக்கொண்டு சிரித்தாள்.

''நீங்க அழகா பேசுறீங்க'' என்றாள் மீண்டும் சிரித்தபடி பதிலுக்கு நான், ''நீங்க அழகா சிரிக்கிறீங்க'' என்று அதிரடியாக கூற... அவள் முகம் மாறியது.

''ஒரு விஷயம் கேக்கலாமா? பெண்கள் சிரிக்கிறப்ப ஏன் கூந்தலை பின்னால தள்ளிவிட்டுக்குறாங்க?'' என்றவுடன் அவள் மீண்டும் சிரித்தபடி, மீண்டும் கூந்தலை பின்னால் தள்ளச் சென்றவள், யோசித்து சட்டென்று கையை பின்னால் இழுத்துக்கொண்டாள்.

அடுத்தடுத்த சந்திப்புகளில் தொடர்ந்து கலகலப்பாக பேசி, அவளை ஈர்த்துக்கொண்டிருந்தேன். அவள் என் பேச்சை ரசிக்கிறாள் என்று கண்களில் தெரிந்தது.

''ஏங்க... நீங்க விடிவி பாக்கவேமாட்டீங்களா?'' என்றேன்.

''ஏன் பாக்கணும்?''

''என் பேரு என்ன?'' என்றேன்.

''கார்த்திக்'' என்றாள்.

''அப்ப கட்டாயம் அந்தப் படத்தப் பாருங்க'' என்றேன்.

பார்த்தாள். பார்த்துவிட்டு என்னை வந்து பார்த்தாள்.

''நேத்து விடிவி பார்த்தேன்'' என்றபடி என்னை உற்றுப் பார்த்தாள். அந்தக் கண்களில் நிச்சயமாக காதல் இல்லை. ஆனால் அதே சமயத்தில் கோபமும் இல்லை. ''பிடிச்சிருக்கா?'' என்றேன் அவளை ஆழமாகப் பார்த்தபடி.

''படம் பிடிச்சிருக்கு. ஆனா உங்கள்ட்ட ஒண்ணு சொல்லணும். தமிழ் சினிமா உங்கள ரொம்ப கெடுத்து வச்சிருக்கு ஒரு பொண்ண பாத்த உடனே அவள்ட்ட ரொமான்ட்டிக்கா பேசி, பத்து நாள் பழக்கத்துலயே கவுத்துடலாம்ன்னு எப்படி நினைக்கிறீங்க?'' என்றாள்.

''பின்ன எத்தனை நாள்ல கவுக்கலாம்?'' என்று கேட்டவுடன் என்னை முறைத்த ஜெஸ்ஸி ஒன்றும் சொல்லாமல் சென்றுவிட்டாள். அதன் பிறகு ஒரு மாதம் வரையில் அவள் என்னிடம் சரியாக பேசவில்லை.நான் பேச்சு கொடுத்தால், ஒற்றை வார்த்தையில் பதில் சொல்லிவிட்டு விலகிக்கொண்டாள். ஜெஸ்ஸியிடம் பேசாமலிருந்த அந்த நாட்கள் என்னை மிகவும் வதைத்தது.

கணினியைப் பார்த்துக்கொண்டிருந்த அசோக் உற்சாகமாக, ''மச்சி... எனக்கு என்னவோ உன் காதல் ஒர்க் அவுட் ஆயிடும்ன்னு தோணுது. நம்ப கம்பெனியோட ஆனுவல் அவுட்டிங் ப்ரோக்ராம் மெயில்ல அனுப்பியிருக்காங்க. ஒவ்வொரு வாரமும், தனி தனி குரூப்பா ஆழப்புழா போறோம். நம்ம குரூப்ல, நம்ம ரீடெய்ல் யூனிட்டும் ஹெச் ஆர் டிபார்ட்மென்ட்டும் போறோம்'' என்றவுடன் ''ஏய் என்று உற்சாகத்துடன் கத்தியபடி அசோக்கை அலேக்காக தூக்கினேன்.

ஆலப்புழை ஹவுஸ் போட்டில் மொத்தம் ஆறு அறைகள் இருந்தன. ஒரு அறைக்கு நான்கு பேர் வீதம் 24 பேர் தங்கலாம். எட்டு பெண்கள் இரண்டு அறைகளில் தங்கிக்கொண்டார்கள். எட்டில் ஒருவள் ஜெஸ்ஸி. இரவு முழுவதும் ரயிலில் வந்த களைப்பில் அனைவரும் அறையில் ஓய்வெடுக்க... நான் வெளியே வந்தேன். வாவ்... படகின் முன்புறம் பயணிகள் ஓய்வெடுக்க உட்காரும் சோஃபாவில் ஜெஸ்ஸி அமர்ந்திருந்தாள். நான் கண்டுகொள்ளாதது போல் படகு ஓட்டுனரை நோக்கிச் சென்றேன்.

படகு மெதுவாக காயலில் சென்றுகொண்டிருந்தது. காயல் கரையின் இரு பக்கமும் தென்னை மரங்கள்... நீரை ஒட்டியிருந்த வீடுகள்... வீட்டு வாசலிலேயே காயல் நீரில் துணி துவைக்கும்

பெண்கள்... நீரில் விளையாடும் பசங்கள்... என்று காட்சிகள் அற்புதமாக இருந்தன. ஆனால் என் மனம் முழுவதும் ஜெஸ்ஸியிலேயே இருந்ததால், அவற்றில் என் கவனம் செல்லவில்லை.

நான் ஓட்டுனரிடம், "நைட்டும் ஹவுஸ் போட் போயிகிட்டி ருக்குமா?" என்றேன்.

"இல்ல... சாயங்காலம் ஆறு மணிக்கு வேம்பநாடு ஏரி பக்கத்துல ஒரு இடத்துல நிறுத்திடுவோம். நைட்டு அங்கயேதான் தங்கியிருப்போம். காலைல எந்திரிச்சு கிளம்பி மறுபடியும் ஆலப்புழா வந்துடுவோம்" என்றார் மலையாளத்தில்.

"இந்த போட் விண்ணைத் தாண்டி வருவாயா சர்ச் போகுமா?" என்று நான் கேட்டபோது ஜெஸ்ஸியும் அங்கு வந்து நின்றுகொண்டாள். ஓட்டுனர் ஒன்றும் புரியாமல் விழிக்க நான், "புலிம்குன்னு செயின்ட் மேரிஸ் சர்ச்" என்று கூற ... ஜெஸ்ஸி என்னை ஆச்சர்யத்துடன் பார்த்தாள். "ம் போறோம். அங்க அரைமணி நேரம் போட் நிக்கும்" என்றார் டிரைவர். நான் சட்டென்று ஜெஸ்ஸியைப் பார்த்து, "விடிவி சர்ச்சுக்கு போறோம்" என்றேன். "ஹேய்... எங்கருந்து சர்ச் பேரெல்லாம் கண்டுபிடிச்ச?" என்று ஜெஸ்ஸி தனது நீண்ட நாள் மௌனத்தை உடைத்தாள். "இன்டர்நெட்ல" என்றேன்.

"உனக்கு பைத்தியம்தான் பிடிச்சிருக்கு"

"ஆமாம். இந்த வயசுல எல்லா ஆம்பளைங்களுக்கும் பிடிக்கிற பைத்தியம். நம்ப ரெண்டு பேரு பேரும் கார்த்திக்... ஜெஸ்ஸி நீ கரெக்டா சென்னை ஆபிஸ்க்கு வந்தப்ப விடிவி ரிலீசாச்சு. அதை விட ஆச்சர்யம், ஆபிஸ்ல ஆலப்புழாவுக்கு டூர் அரேஞ்ச் பண்ணது. இதைப் பத்தி என்ன நினைக்கிற"

"என்ன சொல்றது? தற்செயலா நடந்தது... அப்படித்தான் தோணுது"

"இல்ல... விதி... கடவுள் எழுதிய விதி" என்ற நான் தடாலடியாக, "இந்த லாவண்டர் கலர் சல்வார்ல நீ ரொம்ப அழகா இருக்க" என்றேன். சட்டென்று முகத்தைத் திருப்பிக்கொண்டு, "என்னை வெக்கப்பட வைக்கிற நீ" என்றாள் அழகாக சிரித்தபடி.

"இப்ப நீ என்னை கவிதை எழுத வைக்கிற" என்றேன் அவள் சிரிப்பை ரசித்தபடி.

"ஹேய் கார்த்திக்... இப்ப நீ என்னை கோபப்பட வைக்கிற" என்றாள் பொய் கோபத்துடன்...

''கோபத்துல கண்ணுங்க சிரிக்கிற பொண்ண இப்பத்தான் பாக்குறேன்''

''கண்ணு சிரிக்குமா?''

''ம்... முன்னாடி உன் கண்ணு சிரிக்கும்'' என்று நான் கூறியபோது ஜெஸ்ஸியின் கண்கள் மேலும் சிரித்தது.

செயின்ட் மேரிஸ் சர்ச்சில் படகு நின்றது. சர்ச்சுக்குள் அவள் அருகில் அமர்ந்து கொண்ட நான், ''பரலோகத்தில் இருக்கும் எங்கள் பிதாவே பாவிகளாகிய எங்களை ரட்சியும்'' என்று கூறிய என்னை ஜெஸ்ஸி வியப்புடன் பார்த்தாள். ''எல்லாம் கத்துகிட்டேன். இப்ப பைபிள்லாம் படிக்க ஆரம்பிச்சுட்டேன் யோவான் சுவிசேஷம் அதிகாரம் 14-ல என்ன சொல்றாங்கன்னா...'' என்ற என் கையில் ஜெஸ்ஸி செல்லமாகக் கிள்ளினாள்.

அன்று மாலை வேம்பநாடு ஏரிக்கரையோரமாக, ஒரு சிறு கிராமத்தில் படகை நிறுத்தினார்கள். அனைவரும் இறங்கி ஊருக்குள் செல்ல... நானும், ஜெஸ்ஸியும் போகவில்லை. வேம்பநாடு ஏரியில் மெலிதாக மழைத்தூறல் விழும் காட்சியைக் காண அற்புதமாக இருந்தது. மழை வலுத்து பெரிதாக பெய்ய... நாங்கள் இருவரும் படகில் ஏறி நின்றுகொண்டோம். எதிர்கரையிலிருந்து போட் ஸ்டாப்பில், அரசு படகுகள் நமது டவுன் பஸ்கள் போல் பயணிகளை இறக்கிவிட்டுச் சென்றன. இப்போது மழை நீர் ஆவேசமாக காயலில் விழுந்து, நீர்த்துளிகள் வேகமாக தெறித்துக்கொண்டிருந்தன.

மழைச்சாரல் முகத்தில் விழ துடைத்தபடி ஜெஸ்ஸியைப் பார்த்தேன். அவள் தன் முகத்தில் விழுந்த மழைத்துளிகளைத் துடைக்காமல் என்னையே பார்த்துக்கொண்டிருந்தாள். நான் அவளை உற்றுப் பார்த்தபடி, ''இந்த மழை... இந்த படகு... மழைல நனைஞ்சுகிட்டு நான்... நீ... எல்லாம் ஒரு அழகான கனவு மாதிரி இருக்கு'' என்றேன். ஜெஸ்ஸி பதில் ஒன்றும் சொல்லவில்லை.

''இந்தக் கனவு முடியவேக் கூடாதுன்னு தோணுது. உனக்கு...'' என்றபடி அவள் அருகில் நெருங்கினேன். ஜெஸ்ஸி நகராமல் என் கண்களையே உற்று பார்த்தாள். மழைநீர் அவள் மூக்கைத் தாண்டி உதடுகளில் வழிந்தது. தொடர்ந்து நான், ''ஜெஸ்ஸி... பாடகர் ஹரிஹரனோட பழைய ஆல்பம் ஒண்ணு இருக்கு. காதல் வேதம் கேட்டுருக்கியா?'' என்றேன்.

''இல்லை''

''அதுல வைரமுத்து ஒரு பாட்டுல 'ஒரு சொல்லும் பேசாமலே... இரு கண்ணும் தூங்காமலே... வாழ்வோம்... ஆயிரம் காலம்'னு எழுதியிருப்பாரு''

''ம்''

''நம்பளும் ஆயிரம் காலம் வாழ்வோமா?'' என்றபடி அவள் கையைப் பிடித்தேன். சட்டென்று என் தோளில் சாய்ந்த ஜெஸ்ஸி, ''வாழ்வோம் கார்த்திக்'' என்றாள்.

பிறகு சம்பவங்கள் வேகமாக நடந்தன. எங்கள் வீடுகளுக்குத் தெரிந்து, இருவருடைய பெற்றோரும் எங்கள் காதலை எதிர்த்தார்கள். விடிவி படத்தில் கார்த்திக்கும், ஜெஸ்ஸியும் பிரிந்தது போல் நாங்கள் பிரியத் தயாராக இல்லை. இரண்டாண்டு காலம் போராடி பார்த்தோம். ம்ஹ்ம்... வேறு வழியின்றி இருவரும் 2012-ல் பதிவு திருமணம் செய்துகொண்டோம். ஆறு மாதத்திற்குள் எங்கள் வீட்டாரோடு சமாதானம் ஆனோம்.

2015. மழை சென்னை மீது, தனது யுத்தத்தை ஆரம்பித்திருந்த நவம்பர் மாதம். பாரிஸ் கார்னர் உயர்நீதிமன்ற நியூ பில்டிங்கில் உள்ள ஃபேமிலி கோர்ட். கோர்ட் ஹாலுக்குள் நான் அசோக்குடன் நின்றுகொண்டிருந்தேன். சற்று தள்ளி ஜெஸ்ஸி தனது பெற்றோருடன் நின்றுகொண்டிருந்தாள். இன்றுதான் எங்கள் விவாகரத்து வழக்கில் தீர்ப்பு.

எங்கள் கனவு மிகவும் சீக்கிரமாகவே கலைந்தது. காதல் திருமணங்களில் எதிர்பார்ப்புகள் அதிகம். எனவே ஏமாற்றங்களும் அதிகம். இருவருக்கும் ஒரு துளியும் சகிப்புத்தன்மை இல்லை. அடிக்கடி சண்டைகள். பின் அந்த சண்டை பஞ்சாயத்து பேச வந்த பெற்றோர்களின் சண்டையாக மாறியது. நான் அவர்கள் கண் முன்னால் ஜெஸ்ஸியை அடித்தேன். இதைப் பார்த்த ஜெஸ்ஸியின் அப்பா என்னை அடிக்க... அவரை என் அண்ணன் அடிக்க... வேண்டாம். எனது வாழ்க்கையில் நான் மறக்க விரும்பும் கறுப்பு நாள். அன்று ஏற்பட்ட விரிசலை பிறகு யாராலும் ஒட்ட வைக்கவே முடியவில்லை. இருவரும் பரஸ்பர ஒப்புதலின் பேரில் விவாகரத்து கோரினோம். குடும்ப நல கவுன்சிலர்களின் ஆலோசனைகள்... ஜட்ஜின் அறிவுரைகள்... எதுவும் எடுபட வில்லை. இன்று தீர்ப்பு.

நீங்கள் சினிமாக்களில் பார்க்கும் நீதிமன்ற காட்சிகளுக்கும், நிஜத்துக்கும் ஒரு சதவீத சம்பந்தம் கூட கிடையாது. ஜட்ஜ் எங்கள்

இருவரையும் கூண்டில் நிறுத்தியெல்லாம் தீர்ப்பு அளிக்கவில்லை. காலையில் வந்து வக்கீலைப் பார்த்தபோது, ''சாயங்காலம் நாலு மணிக்கு மேல வாங்க. ஏ டைரில ஜட்ஜ்மென்ட் என்ட்ரி போட்டுருப்பாங்க'' என்று அனுப்பிவிட்டார்.

நாங்கள் நான்கு மணிக்கு வந்தவுடன், வக்கீல் கோர்ட் ஹால் டேபிளில் இருந்த ஒரு ரிஜிஸ்டரை எடுத்துக்கொண்டு என்னை நோக்கி வந்தார். ரிஜிஸ்டரை பிரித்து பார்த்துவிட்டு, ''ஓபி (ஒரிஜினல் பெட்டிஷன்) அலௌவ்டு'' என்று கூற... நான் புரியாமல் விழித்தேன். ''டைவர்ஸ் கிராண்டட். அப்புறம் நான் ஜட்ஜ்மென்ட் காப்பிய அனுப்பி வைக்கிறேன்.'' என்றார் வக்கீல்.

முடிந்தது... பார்த்து பார்த்து ரசித்து... பொங்கி பொங்கி காதலித்து... வீட்டாரை எதிர்த்துக்கொண்டு செய்த திருமணம், ''ஓபி அலௌவ்டு'' என்ற இரண்டு வார்த்தைகளில் முடிந்துவிட்டது. ஜெஸ்ஸியின் வக்கீல், அந்த ரிஜிஸ்டரை வாங்கிக்கொண்டு செல்ல... நான் வேகமாக அந்த இடத்தை விட்டு நகர்ந்தேன்.

பீச் ஸ்டேசன். நாங்கள் காதலித்தபோது பெய்த மழை இப்போதும் பெய்துகொண்டிருந்தது. நானும், அசோக்கும் தூறலில் நனைந்தபடி நின்றுகொண்டிருந்தோம். அசோக் திடீரென்று, ''டேய்... ஜெஸ்ஸி வரா'' என்றான். ஜெஸ்ஸியின் பெற்றோர் வீடு பல்லாவரத்தில் இருந்ததால், அவளும் ட்ரெயினில்தான் வரவேண்டும்.

என்னைப் பார்த்தவுடன் ஒரு வினாடி நின்றவள், அவள் பெற்றோரிடம் ஏதோ கூறி அனுப்பி வைத்தாள். ஜெஸ்ஸி என்னருகில் வர... அசோக் தள்ளி நின்றுகொண்டான். மழை தூறலாக எங்கள் மீது விழுந்துகொண்டிருந்தது. ஜெஸ்ஸியின் முகத்தில் இருந்த பெரும் துக்கத்தை என்னால் உணர முடிந்தது. மகத்தான கனவுகள் உடையும்போது வெளிப்படும் துக்கம் அது.

''கடைசில எல்லாம் வெறும் கனவுதான் இல்ல?'' என்று நான்தான் முதலில் பேச ஆரம்பித்தேன். ஜெஸ்ஸி பதில் ஒன்றும் சொல்லாமல் என் முகத்தையே பார்த்துக்கொண்டிருந்தாள்.

''குழந்தைங்கள பாத்துருக்கியா? புதுசாக ஒரு பொம்மை வாங்கிட்டு வந்தோம்ன்னா ரெண்டு நாள் ஆசை, ஆசையா விளையாண்டுட்டு, அப்புறம் ஒரு மூலைல தூக்கிப் போட்டுடும்''

''ம்... ம்'' என்றாள் ஜெஸ்ஸி உதட்டைக் கடித்து அழுகையை அடக்கியபடி.

"அப்படித்தான் நம்பளும், நம்ம கல்யாணத்த தூக்கிப் போட்டுட்டோம்"

"கை சுட்டுதுன்னா தூக்கி போட்டுதான் ஆகணும் கார்த்திக்"

"அஃப்கோர்ஸ்... அஃப்கோர்ஸ்..." என்ற நான் என் முகத்தில் விழுந்த சாரல் துளிகளை துடைத்தபடி, "ஐ யம் ஸாரி ஃபார் எவ்ரிதிங் ஹேப்பன்ட்" என்றேன்.

"எவ்ரிதிங்ன்னா அதுல நம்ம காதலும் வருதா கார்த்திக்?"

"அஃப்கோர்ஸ்... அஃப்கோர்ஸ். சினிமா நமக்கு ஒரு மாய உலகத்தைக் காட்டுது ஜெஸ்ஸி. அதை ரசிக்கிறதோட நிறுத்திக்கணும். அந்த உலகம் நிஜமா இருக்கும்ன்னு நம்பி அதுல வாழ முயற்சித்தோம்ன்னா... இப்படித்தான் அடிபடணும்" என்றேன்.

"ம்க்கும்" என்று தொண்டையை செருமி அழுகையை விழுங்கிய ஜெஸ்ஸி, "அடுத்து என்ன பிளான்? மறுபடியும் கல்யாணம் பண்ணிப்பியா?" என்றாள்.

"தெரியல... பழைய காயங்கள் ஆறதுக்குள்ள புதுசா அடிபட்டுக்கக்கூடாது" என்று நான் கூற... ஜெஸ்ஸி சிரித்தபடி, "கார்த்திக்கும், ஜெஸ்ஸியும் படத்துல பிரிஞ்சுட்டாங்க. நம்ம சேந்துட்டோம்ன்னு சந்தோஷப்பட்டோம்ல்ல?" என்றாள்.

"எஸ்... ஆனா கார்த்திக்கும், ஜெஸ்ஸியும் பிரிஞ்சுதான் ஆகணும் ஜெஸ்ஸி"

"ஆமாம்" என்று ஜெஸ்ஸி கூறியபோது ரயில் வரும் சத்தம் கேட்டது. "ஓகே... பை" என்று கை நீட்டினாள். நான் கைகுலுக்கியபோது இருவரின் கையிலும் மழை ஈரம்.

-கல்கி
3.1.2016

பிழைத் திருத்தம்

அந்த மரத்தடியில் நின்று சிகரெட் பிடித்தபடி சாலையை வேடிக்கை பார்த்துக்கொண்டிருந்தேன்.

மகாராஜபுரம் சந்தானம் கச்சேரியோடு, ஐந்து நாட்கள் திருமணம் நடத்திய கோபாலய்யங்காரின் பேரன், பஸ்ஸ்டாண்டில் பூ விற்றுக் கொண்டிருக்கிறான். மேட்டுத் தெருவில் எட்டு வீடுகள் வைத்திருந்த சக்திவேலின் பையனாகிய நான், தாலுகா ஆபீஸ் எதிரில் டைப் அடித்து வாழ்க்கையை ஓட்டிக்கொண்டிருக்கிறேன்.

ஊரில் எல்லோரும், "அண்ணனும், அண்ணியும் டாக்டர். இந்தப் பொழப்பு அவசியமா?" என்று கேட்கிறார்கள். என்ன செய்வது? அம்மாவும், அப்பாவும் இறந்துவிட்டார்கள். அண்ணன் தயவில் வாழ்க்கை. திருமணத்துக்கு முன்பு வரை அண்ணன் நன்றாகத்தான் இருந்தான். பெண் பார்க்கப்போன போது அண்ணியின் வெள்ளைத் தோலில் விழுந்தவன்தான். திருமணமாகி ஐந்து வருடமாகிறது. இன்னும் எழுந்திருக்கவில்லை.

நான் பிஏ எகனாமிக்ஸ் முடித்துவிட்டு, ஒரு வருடமாக வீட்டில் உட்கார்ந்திருக்க... அண்ணி, "உங்க தம்பி சும்மாதானே வீட்டுல உக்காந்திருக்காரு. என் க்ளினிக்குக்கு வந்து டோக்கன் கொடுக்குற வேலையாச்சும் பாக்கலாம்ல்ல..." என்று கூற, அண்ணன்,

''அதானே...'' என்று ஒற்றை வார்த்தையில் அண்ணியின் கோரிக்கையை ஏற்று, என்னை க்ளினிக்கிற்கு அனுப்பிவைத்தான். எப்போதும் மனைவிகள்தான் ஜெயிக்கிறார்கள்.

என்னுடன் கல்லூரியில் படித்த வினோத், ஒரு நாள் அண்ணியின் க்ளினிக்கிற்கு தனது அக்காவை அழைத்துக்கொண்டு வந்தவன், ''என்ன பிரசாத்து இது?'' என்றான்.

''சும்மா அண்ணிக்கு ஹெல்ப்பா...'' என்று நான் பூசி மறைத்ததை, அவன் புரிந்துகொண்டான். அவன், தனது அக்கா கணவர் அவரது ஊரில், தாலுகா ஆபீஸ்க்கு அருகே ஒரு சிறிய கடையில், கம்ப்யூட்டர் வைத்து, தமிழில் மனுக்கள் டைப் அடித்து கொடுத்து நன்கு சம்பாதிப்பதாகவும், நமது ஊர் தாலுக்கா ஆபிஸ் அருகில் அந்த மாதிரி கம்ப்யூட்டரில் டைப் அடித்து தர ஆள் இல்லை என்றும் கூற... எனக்கு எனக்கு அந்த யோசனை சரியாகப் பட்டது. எனக்கு தமிழ் டைப்பிங் தெரியும்.

வேகமாகச் செயல்பட்டேன். தாலுகா ஆபீஸ்க்கு எதிரிலேயே ஒரு சிறிய கடையைப் பிடித்து, மூன்றாவது வாரமே கடையைத் திறந்தேன். முதலில் ஒன்றிரண்டு ஆட்கள்தான் வந்தார்கள். பிறகு, கொஞ்சம், கொஞ்சமாக ஆட்கள் வருவது அதிகரித்தது.

வேலை மிகவும் சுலபம். பெரும்பாலும் இந்த சிறுநகரத்திற்கு, அருகிலுள்ள கிராமப் பகுதி மக்கள்தான் வருவார்கள். இன்னது வேணும்னு, மனு ரெடி பண்ணச் சொல்வார்கள். விஷயத்தைக் கேட்டுத் தெரிந்துகொண்டு, அவர்களின் கோரிக்கையை டைப் அடித்து த்தரவேண்டியதுதான் வேலை. நாட்கள் செல்ல... செல்ல... பிஸினஸ் சூடு பிடித்தது. சில நாட்கள், ஒரே சமயத்தில் நாலைந்து பேர் கூட வந்து, காத்திருந்து அடித்துக்கொண்டு போனார்கள். வந்த பணத்தையெல்லாம் தனியே எடுத்து வைத்தேன். முதல் மாதமே, செலவுகள் போக 7000 ரூபாய் வந்தது. அண்ணன், அண்ணியிடம் கொடுத்து அவர்கள் காலில் விழுந்து ஆசிர்வாதம் வாங்கினேன்.

இப்போது முன்பு போல் அண்ணி கடுகடுவென்று பேசுவதில்லை. சில சமயங்களில் என்னிடம் ஜோக் கூட அடிக்கிறாள். தங்கை என்னிடம், ''அண்ணா... மொபைல்ல பாலன்ஸ் தீந்துருச்சு டா...'' என்றவுடன் சந்தோஷமாக 100 ரூபாய்க்கு டாப் அப் செய்து கொடுத்தேன். அனைவரையும் சினிமாவுக்கு அழைத்துச் சென்றேன்.

பாருங்கள். ஒரே ஒரு வேலை... எப்படி எல்லாவற்றையும் மாற்றிவிடுகிறது. இது வரையிலும் இல்லாமலிருந்த... கல்யாண

கனவுகள் கூட இப்போது வர ஆரம்பித்தது. இன்னும் சில வருடங்கள் போனவுடன், அண்ணி மாதிரி வெடுவெடுவென்று பேசாத, ஒரு பெண்ணை திருமணம் செய்துகொள்ளவேண்டும்.

சிகரெட் கையைச் சுட, வேகமாக சிகரெட்டைக் கீழே போட்டபோதுதான் அவரைக் கவனித்தேன். எதிரிலிருந்த பஸ் நிறுத்தத்தில் அமர்ந்தபடி, ஒரு நடுத்தர வயது நபர், என்னையே பார்த்துக்கொண்டிருந்தார். கண்ணாடி அணிந்திருந்தார். ஆளை எங்கேயோ பார்த்தது போல் தெரிந்தது. ஆனால் யார் என்று தெரியவில்லை. யோசனையுடன் கடைக்குத் திரும்பினேன்.

கடைக்கு வந்தவுடன், வேலை இருந்தது. எழுத்தாளர் ஒருவர், கதை டைப்படிக்க கொடுத்திருந்தார். அவரின் கிறுக்கலான எழுத்துகளை பார்த்து, பார்த்து அடித்து முடிப்பதற்குள் ஏழு மணி ஆகிவிட்டது. பிறகு கடையை மூடும்போதுதான் பார்த்தேன். அந்தக் கண்ணாடிக்காரர், இன்னும் பஸ் ஸ்டாப்பில்தான் உட்கார்ந்திருந்தார். என்னைப் பார்த்தவுடன் சற்று மரியாதையாக உட்கார்ந்துகொண்டார்.

யாரிவர்? என்ற குழப்பத்துடன் வீட்டை நோக்கி நடக்க ஆரம்பித்தேன். பின்னால் ''தம்பி...'' என்று சத்தம் கேட்க, திரும்பினேன். அந்தக் கண்ணாடிக்காரர்தான். பார்த்தால் மிகவும் ஏழ்மையாகத் தெரிந்தார். ஒரு பழுப்பேறிய வேட்டி அணிந்திருந்தார். கண்ணாடி ரிம் உடைந்துபோய், கம்பியெல்லாம் வைத்துக் கட்டியிருந்தார். சட்டைப் பாக்கெட், ஒரு பக்கம் கிழிந்து தொங்கிகொண்டிருந்தது.

''என்னங்க?'' என்றேன் குழப்பத்துடன். எங்கேயோ பார்த்திருக்கிறேன். ஆனால் யார் என்று ஞாபகத்திற்கு வரவில்லை.

''என் பேரு ஆசைத்தம்பி... உங்க கூடக் கொஞ்சம் பேசணும்...''

''என்ன விஷயம்? நாலு மணிலருந்து பஸ்ஸ்டாப்புல நின்னுகிட்டு, என்னையே பார்த்துட்டிருக்கீங்க...''

''தம்பி... ஒரு உதவி செய்யணும்...''

''ஏதாச்சும் பணம்...'' என்று இழுத்தேன்.

''சேச்சே... என் வீடு வரைக்கும், ஒரு நடை வந்துட்டு போகணும்...''

''நீங்க யாருன்னே முன்ன, பின்னத் தெரியாது. திடீர்னு வரச் சொன்னா எப்படி?''

"ஒரு அஞ்சு நிமிஷம் மட்டும் வீட்டுக்கு வந்துட்டுப் போகணும். கொஞ்சம் தயவுபண்ணுங்க தம்பி..." என்று அவர் எதிர்பாராதவிதமாக சாலையிலேயே கையெடுத்துக் கும்பிட, எனக்கு சங்கடமாகிவிட்டது.

"அய்யோ... என்னங்க... ரோட்டுல போய் கும்பிட்டுகிட்டு... வாங்க போகலாம். எங்க வீடு?"

"நடுத் தெரு. ரொம்ப நன்றிங்க..."

"பரவாயில்ல. என்ன விஷயம்?"

"வீட்டுக்கு வாங்களேன்... சொல்றேன். பத்து நிமிஷத்துல போய்டலாம்..." என்றவர் மேற்கொண்டு ஒன்றும் பேசாமல், விறுவிறுவென்று முன்னால் நடக்க ஆரம்பித்தார். கடைத்தெரு முனையில் திரும்பும்போது, "ஒரே ஒரு நிமிஷம் தம்பி..." என்றவர், முனையிலிருந்த ரோட்டுக் கடையில் 10 ரூபாய் கொடுத்து, 10 இட்லி வாங்கிகொண்டார்.

நடுத் தெருவில் சாக்கடையை ஒட்டி இருந்தது, அந்தக் குடிசை. சாக்கடை மேலேயே மரப்பலகை போட்டு பாதை செய்திருந்தார்கள். நாற்றம் குடலைப் புரட்டியது. குடிசை வாசலுக்கு வந்தவுடன், நான் வெளியிலேயே நின்றுகொண்டேன். "உள்ள வாங்க தம்பி..." என்றபடி குடிசையினுள் நுழைந்தார்.

உள்ளே ஒரு குண்டு பல்பு, மெலிதான வெளிச்சத் துடன் எரிந்துகொண்டிருந்தது. ஒரு இற்றுப்போன கயிற்றுக் கட்டிலில், ஒரு வயதான பாட்டி படுத்திருந்தார். குறைந்த வெளிச்சத்தில், மூன்று பெண் குழந்தைகள் படித்துக்கொண்டிருந்தன. சரியான உணவின்றி மூன்றும் நோஞ்சான் போலிருந்தன.

ஒரு மண்சுவரைத் தடுத்து, சமையற்கட்டு போல் இருந்தது. அங்கிருந்து வெளியே வந்த பெண், ஆசைத்தம்பியின் மனைவியாக இருக்கவேண்டும். வெளுத்துப்போன சேலை அணிந்திருந்தாள். கழுத்தில், ஒற்றை மஞ்சள் கயிறைத் தவிர வேறொன்றுமில்லை.

ஆசைத்தம்பியைப் பார்த்தவுடன் குழந்தைகள் எழுந்தன. பெரிய பெண் போலத் தெரிந்தவள், "கைல என்னப்பா?" என்றாள். "இட்லி கண்ணு..." என்று ஆசைத்தம்பி கூறினார். அடுத்த வினாடியே, நான் இது வரையிலும் என் வாழ்க்கையிலேயே பார்த்திராத காட்சியைப் பார்த்தேன்.

மூன்று பிள்ளைகளும் ஒரே சமயத்தில், ''எனக்கு இட்லி... எனக்கு இட்லி...'' என்று பாய்ந்தன. பெரிய பெண், வேகமாக அந்தப் பொட்டலத்தைப் பிரித்தாள். ஆசைத்தம்பியின் மனைவி, ''ஏய்... விடுங்கடி... இங்க தாங்கடி. நான் பிரிச்சு தரேன்...'' என்று கத்துவதை யாரும் பொருட்படுத்தவில்லை. மூன்று பேரும், ஒரே சமயத்தில், இலையில் கை வைத்தனர். ஒரே சத்தம்... ஒரு நிமிட நேரத்திற்குள், பத்து இட்லியும் மாயமாய் மறைந்துவிட்டன.

முதலில் முடித்த பெரிய பெண், ''அவ்வளவுதான் வாங்கிட்டு வந்தியாப்பா?'' என்றாள். இட்லி அதிகம் கிடைக்காத கடைசிப் பெண், ''அம்மா... ரெண்டே வாய்தான் தின்னேன். தீந்துருச்சு...'' என்று சத்தமெடுத்து அழ ஆரம்பித்தாள். எனக்குத் துக்கம் தொண்டையை அடைத்தது.

''உக்கார்றதுக்கு சௌகரியமாக ஒண்ணும் இல்லங்க... வெளிய போய் பேசலாம்...'' என்று அவர் கூறியவுடன் வெளியே வந்தேன். உள்ளே ஆசைத்தம்பியின் மனைவி, ''ஏங்கடி... இப்படி என் மானத்தை வாங்குறீங்க...'' என்று யாரையோ அடிக்க, அவள் அழும் சத்தம் கேட்டது.

என்னன்னவோ சொல்லணும்னு நினைச்சு அழைச்சுட்டு வந்தேன். என் புள்ளங்க அதுக்கு அவசியமே இல்லாம பண்ணிடுச்சுங்க. மூணு மாசமா தினம், ரேஷன் அரிசி கஞ்சியே குடிச்சிட்டிருக்குங்க. அதான் இட்லியப் பாத்தவுடனே பாஞ்சுருச்சுங்க. ஆம்பளப் புள்ள வேணும்னு, இந்த காலத்துலயும் மூணு பெத்துட்டேன். கட்டில்ல கெடக்கறது... எங்க அம்மா. அவங்களுக்கும் உடம்பு முடியல. கவர்மென்ட் ஆஸ்பத்திரி மாத்திரைக்கு கேக்கல. வெளிய தனியா டாக்டர்கிட்ட காமிக்கலாம்னா கைல காசு இல்ல...''

''எங்க அண்ணன் டாக்டர்தான். அவன்ட்ட அழைச்சுட்டு வந்து காமிங்க. நான் சொல்றன்... அப்புறம்... பணம் ஏதாச்சும்...'' என்று பாக்கெட்டில் கையை விட்டேன்.

''அய்யோ... பணம்ல்லாம் வேண்டாங்க...''

''அப்புறம்...?'' என்று அவரை ஆச்சர்யத்துடன் நோக்கினேன்.

''நான் அந்த தாலுகா ஆபிஸ் உள்ளதான் மரத்தடில, உக்காந்து மனு எழுதிட்டிருப்பன்ங்க...''

''ம்... ஞாபகம் வந்துருச்சு. அதான் எங்கயோ பாத்த மாதிரி இருக்கேன்னு யோசிச்சுட்டிருந்தேன். ஒரு ரெண்டு, மூணு

தடவைதான் உள்ள வந்துருப்பேன். அதான் டக்குன்னு ஞாபகத்துக்கு வரல...''

''நாங்க ... ரெண்டு, மூணு பேரு இந்த வேலையை செஞ்சு கிட்டிருக்கோம் தம்பி. ஆளப் பொறுத்து, ஒரு மனுவுக்கு அஞ்சு ரூபா, பத்து ரூபான்னு வாங்குவோம். எப்படியும் ஒரு நாளைக்கு அம்பது, நூறுக்கு குறையாம சம்பாரிச்சுட்டிருந்தோம். இப்ப நீங்க வந்ததுலருந்து ஒண்ணு, ரெண்டு பேரு வர்றதே பெரிய பாடாயிடுச்சு. காசு இல்லாததுங்க கூட கடன் வாங்கியாச்சும், கம்ப்யூட்டர்லதான் அடிக்கணும்ங்குதுங்க. அதான்... இந்த மூணு மாசத்துல, குடும்பம் ரொம்ப மோசமாயிடுச்சு. என் பொண்டாட்டி வீட்டு வேலைக்கு போறா. அதுக்கு இந்த ஊருல எவ்ளோ தந்துடப் போறாங்க? இன்னக்கிதான், ரொம்ப நாள் கழிச்சு, ஒரு பெரியவருக்கு மனு எழுதி தந்தேன். பத்து ரூபாய் கொடுத்தாரு. அதுலதான் இட்லி வாங்கிட்டு வந்தேன்.''

''கடவுளே...'' என்று மனதிற்குள் கூவினேன். பெரிய பாவம் செய்துவிட்டது போல் இருந்தது. தொடர்ந்து ஆசைத்தம்பி, ''நீங்கதான் பாத்து... ஒண்ணு, ரெண்டு நாள் கடைக்கு வராம இருந்து, இல்ல... கம்ப்யூட்டர் ரிப்பேர் அப்படி... இப்படின்னு, நாலு பேர எங்ககிட்ட அனுப்பினா, ஏதோ கால் வயிறாச்சும் நிறையும்'' என்று கூறி முடிக்க, என் கண்கள் கலங்கிவிட்டது.

''இப்படி கேக்குறது நியாயமே இல்லங்க. ஆனாலும் வேறு வழியில்லாமத்தான்...'' என்ற ஆசைத்தம்பி கையெடுத்துக் கும்பிட்டார்.

''அய்யோ என்னங்க நீங்க...'' என்று அவர் கையை விடுவித்தேன்.

''நீங்கதான் எதாச்சும் பாத்து செய்யணும்...''

''கட்டாயம் செய்றன்ங்க. எனக்கு பணம் சம்பாரிக்கணும்ங் கிறது... வெறும் தன்மானம் சம்பந்தப்பட்ட பிரச்னதான். ஆனா உங்களுக்கு... ஆறு உயிருங்களோட பிரச்னை'' என்ற நான், சட்டைப் பாக்கெட்டிலிருந்த மொத்த பணத்தையும் எடுத்து, அப்படியே அவரிடம் கொடுத்தேன்.

''அய்போ... பணம்ல்லாம் வேண்டாம் தம்பி.''

''பரவால்ல... வச்சுக்குங்க...'' என்று அவர் கையில் பணத்தை திணித்த நான், வேகமாகத் திரும்பி நடந்தேன். மறுநாள் நான் கடையைத் திறக்கவில்லை. அதற்குப் பிறகு, எப்போதும் திறக்க வேயில்லை.

–கல்கி

08

என் இனிய பொன்நிலாவே...

டிவி திரையில், 'வாரணம் ஆயிரம்' படம் ஓடிக்கொண்டிருந்தது. ஓடும் ரயிலில் நடிகர் சூர்யா, நடிகை ஷமீரா முன் கிட்டாரில் 'என் இனிய பொன்நிலாவே...' பாடலை வாசித்தபடி பாடிக்கொண்டிருந்தார். நான் ஜன்னல் வழியாக ஸாராவைப் பார்த்துக்கொண்டிருந்தேன்.

ஸாரா, மிகுந்த லயிப்புடன் சூர்யா கிட்டார் வாசிப்பதை ரசித்துக்கொண்டிருந்தாள். தங்க மோதிரமணிந்த விரல்கள், இசைக்கேற்ப அவளுடைய பொன்னிறக் கன்னத்தில் மெலிதாக தாளமிட்டுக் கொண்டிருந்தது. ஸாராவின் பக்கத்தில் அமர்ந்திருந்த ஷோபனா ஏதோ பேச முயற்சிக்க... ஸாரா கைகாட்டித் தடுத்தாள். பாடல் முடிந்தவுடன், ''மைகாட்... இட்ஸ் கில்லிங் மை ஹார்ட்...'' என்றாள் ஸாரா. நான் ஜன்னலுக்கருகில் நின்றுகொண்டிருப்பதை அவர்கள் கவனிக்கவில்லை.

''கிட்டார் வாசிக்கிறப்ப சூர்யா இன்னும் அழகாயிட்டான்ல?'' என்றாள் ஷோபனா.

''சூர்யா அப்படியேதான் இருக்கான். சூர்யா வாசிச்ச இளையராஜாவோட அற்புதமான மியூசிக், அவன இன்னும் அழகாச்சிடுச்சு'' என்று ஸாரா கூறியபோது, திரையில் சூர்யா, ஷமீராவிடம் தனது காதலைச் சொல்ல... ஷமீரா அதனை நிராகரித்துக்கொண்டிருந்தாள். இப்போது ஸாரா

ஷோபனாவிடம், ''என்கிட்ட மட்டும் எவனாச்சும் இந்த மாதிரி 'என் இனியப் பொன்நிலா' பாட்ட முழுசா கிட்டார்லயே வாசிச்சுக் காட்டினான்னா, அடுத்த நிமிஷமே அவன்கிட்ட 'ஐ லவ் யூ' சொல்லிடுவேன்'' என்றாள். என் வாழ்க்கையை திசை மாற்றிய வார்த்தைகள் அவை.

''நிஜமாவாச் சொல்ற?அவன் எவ்வளவு மோசமானவனா இருந்தாலும் பரவாயில்லையா?'' என்றாள் ஷோபனா.

''முட்டாள்... 'என் இனிய நிலாவே' பாட்ட அழகா கிட்டார்ல வாசிக்கிறவன், எப்படி மோசமானவனா இருக்கமுடியும்?" என்றபடி ஸாரா எழ... நான் வேகமாக நகர்ந்து, அந்த வீட்டை விட்டு வெளியே வந்தேன்.

சாலைக்கு வந்தவுடன், சில்லென்ற குளிர்காற்று என்னை அணைத்துக்கொண்டது. தூரத்தில் இருட்டாகத் தெரிந்த மலைமுகடுகளைப் பார்த்தேன். கடவுள் முதலில் இந்த மலைப்பிரதேசத்தைப் படைத்தான். பிறகு மலையை மேலும் அழகாக்க... அருவிகளையும், நீரோடைகளையும் வண்ணவண்ணப் பூக்களையும், மரங்களையும் படைத்தான். ஒரு வாரத்திற்கு முன்பு, கடவுளுக்கு தன் படைப்பில் ஏதோ குறைவதாகத் தோன்ற... ஸாராவை இந்த மலைப்பிரதேசத்திற்கு அனுப்பிவைத்தான்.

நான் பிஎஸ்ஸி அக்ரிகல்ச்சர் படித்துவிட்டு, இங்குள்ள டீ எஸ்டேட்டில்அசிஸ்டென்ட்மேனேஜராகஇருக்கிறேன்.பெற்றோர் சென்னையில் இருக்கிறார்கள். ஒரு வாரத்திற்கு முன்புதான் ஸாரா எங்கள் எஸ்டேட்டில் அசிஸ்டென்ட் மேனேஜர், ட்ரெய்னியாக சேர்ந்தாள். பச்சைப் பசேலென்று படர்ந்திருந்த தேயிலைத் தோட்டங்களுக்கு நடுவே மேனேஜர் முரளி, ஸாராவை என்னிடம் அழைத்து வந்து அறிமுகப்படுத்தியபோது நான் அசந்துபோனேன். ஸாரா... உலகின் மிக அழகிய பூக்களை ஒன்றாகத் தொடுத்த பூச்சரம் போல் இருந்தாள். முகத்தின் ஒவ்வொரு செல்லிலும், கடவுள் வானுலகின் அத்தனை தேவதைகளின் டிஎன்ஏக்களையும் ட்ரான்ஸ்பிளான்ட் செய்திருந்தார். லவ் அட் ஃபர்ஸ்ட் சைட்.

நாங்கள் அனைவரும் எஸ்டேட் குவார்ட்டர்ஸில்தான் தங்கியிருக்கிறோம். சற்று நேரத்திற்கு முன்பு ஸாரா வீட்டைக் கடக்கும்போது, சும்மா எட்டிப் பார்க்கலாமே என்று ஸாராவின் வீட்டிற்குள் நுழைந்தேன். ஜன்னல் வழியாகப் பார்த்தபோதுதான் ஸாரா தன் தோழி ஷோபனாவோடு பேசியதைக் கேட்க நேர்ந்தது;. கடவுள் ஸாரா மூலமாகவே எனது காதலுக்கு ஒரு வழிகாட்டியிருக்கிறார்.

என் எதிரே அமர்ந்திருந்த ஜோ மாஸ்டர், தாடி வைத்த மோகன்லால் போல் இருந்தார். நல்ல அடர்த்தியான தாடி. தாடியில் அங்கங்கு லேசாக நரை. கூர்மையான கண்கள். 40 வயதுக்கு மேலிருக்கும். எங்கள் எஸ்டேட் மேனேஜர் முரளியின் நண்பர். காதல் தோல்வியால், திருமணம் செய்துகொள்ளாமல் தனியாக வாழ்ந்து வருவதாக மேனேஜர் சொல்லியிருந்தார். சர்ச்சில் கிட்டார் வாசிப்பவர்.

''உன் பேரு?'' என்றார் ஜோ மாஸ்டர்.

''நவீன்குமார்''

''என்ன வயசு உனக்கு?''

''இருபத்தாறு....''

''ம்.... மிஸ்டர் நவீன்... நான் இப்ப யாருக்கும் மியூசிக் சொல்லித் தர்றதில்ல.''

''தெரியும் சார். ஆனாலும்... எனக்கு அர்ஜென்ட்டா இப்ப கிட்டார் கத்தே ஆகணும் சார். ரொம்ப நாள்லாம் வேணாம். 'என் இனிய பொன்நிலாவே'' பாட்ட கிட்டார்ல வாசிக்கிற அளவுக்கு கத்துகிட்டாப் போதும். அதுக்குப் பிறகு இந்த ஏரியாப் பக்கமே தலைவச்சுப் படுக்கமாட்டேன்...'' என்றவுடன் மாஸ்டர் சிரித்துக்கொண்டே, ''பொண்ணு யாரு?'' என்றார். நான் ஆச்சர்யத்துடன், ''ஸார்'' என்றேன்.

''பரவால்ல. சொல்லு''

''எங்க எஸ்டேட்டுக்கு ட்ரெயினிங்குக்கு வந்துருக்கிற பெங்களூர் தமிழ் கிறிஸ்டியன் பொண்ணு. அந்தப் பொண்ணுக்கு 'என் இனிய பொன்நிலாவே' பாட்ட கிட்டார்ல வாசிக்கிறது ரொம்பப் பிடிக்கும். அதை அவளுக்கு வாசிச்சுக் காமிச்சு ட்டன்னா... ஐ திங்க் ஸீ வில் லவ் மீ....'' என்றவுடன் என்னை உற்றுப்பார்த்த மாஸ்டர் எழுந்து என் அருகில் வந்தார்.

''கிட்டார்ல அந்தப் பாட்ட வாசிக்காமலே உன் காதலச் சொல்லிப் பாரேன்.''

''சான்ஸே இல்ல. அவ கிறிஸ்டியன். நான் இந்து. இந்த மத வேறுபாடு, கட்டாயம் ஒரு பெரிய மனத்தடையா இருக்கும். அந்த மனத்தடைய உடைக்கிற சக்தி 'என் இனிய பொன் நிலா பாட்டு'க்கு இருக்கு''

இப்போது பிரியத்துடன் என் தோளில் தன் இரண்டு கைகளையும் போட்ட ஜோ மாஸ்டர், ''உலகிலேயே அழகான விஷயம் என்ன தெரியுமா?'' என்றார். ''காதல் சார்...'' என்றேன்.

''குட்... உலகிலேயே பரிசுத்தமான விஷயம்?''

''நத்திங் பட் லவ்...''

''ஃபன்ட்டாஸ்ட்டிக்... நான் உனக்கு சொல்லித் தர்றேன். என்னைக்கி க்ளாஸ ஆரம்பிக்கலாம்?''

''இன்னைக்கே... இப்பவே...'' என்றேன் சிரிப்புடன்.

சுத்தமாக சிரித்த மாஸ்டர், ''ஓகே.... உன்ன ஆறு மாசத்துல அந்தப் பாட்ட கிட்டார்ல வாசிக்க வைக்கிறேன். சாதாரணமா அந்த அளவுக்கு வரணும்ன்னா, ஒரு வருஷம், ரெண்டு வருஷம் ஆவும். ஆனா இப்ப நீ காதல்ல இருக்க. காதல் ஆண்களுக்கு ஒரு உத்வேகத்தக் கொடுக்கும். டெய்லி நீ ரெண்டு மணி நேரம் க்ளாஸ்க்கு வரணும். வீட்டுலயும் பிராக்டிஸ் பண்ணனும். கிட்டார் வச்சுருக்கியா?'' என்றார்.

''இல்ல சார். வாங்கணும்.''

''அப்புறம் வாங்கிக்கலாம். என்கிட்ட ரெண்டு கிட்டார் இருக்கு'' என்ற மாஸ்டர் சுவரில் மாட்டியிருந்த இரண்டு கிட்டார்களையும் எடுத்தார். ''இது... ஓல்டு கிவ்சன் மாடல்....'' என்ற ஒரு கிட்டாரை என்னிடம் நீட்டினார். என் வாழ்க்கையில் முதன் முதலாக நான் அந்த கிட்டாரைத் தொட்டபோது, ஸாராவையே தொட்டது போல் உணர்ந்தேன்.

''கிட்டார் பாடில இருக்கிற வளைவான போர்ஷன வலது தொடைல வச்சிக்க. இப்ப கிட்டாரோட அஞ்சாவது ஃப்ரட்ல நாலாவது ஸ்ட்ரிங்க, இடது கை மோதிரவிரலால அழுத்திகிட்டு...'' என்று ஜோ மாஸ்டர் பாடத்தை ஆரம்பித்தார்.

தேயிலைத் தோட்டத்தின் ஓரத்திலிருந்த க்ரிவில்லியா மரத்திற்கு கீழே மழைக்காக ஒதுங்கி நின்றுகொண்டிருந்தோம். ஸாராவின் பளிங்கு முகத்தில் மழைநீர் அழகாக தெறித்து விழ.... ஸாரா உற்சாகத்துடன் கையை நீட்டி, உள்ளங்கையைக் குவித்து மழைநீரைப் பிடித்துக்கொண்டிருந்தாள். அப்போது மரத்திலிருந்து மஞ்சளும், சிவப்பும் கலந்த க்ரிவில்லியா பூக்கள் கொத்தாக அவள் மீது விழுந்தன. ஸாரா திரும்பி என்னைப் பார்த்துச் சிரித்தபடி, ''இந்த ஊருல இருக்கிறவங்கள்லாம் கடவுளோட குழந்தைகள்'' என்றாள்.

''ஏன்?''

''திரும்பிய பக்கமெல்லாம் மலை. அப்பப்ப மலைய மூடுற பனி. திடீர் திடீர்னு பெய்யுற மழை... வாட் எ பியூட்டிஃபுல் ப்ளேஸ் சார்...'' என்றாள்.

நான், ''டோன்ட் கால் மீ சார்... உன்னை விட ரெண்டு வயசு தான் பெரியவன். நீ சார்ன்னா, நரைச்ச முடியோட, பெரிய ஃபிரேம் கண்ணாடிய மாட்டிகிட்டு நான் நிக்கிற மாதிரி எனக்குத் தோணுது'' என்று கூற அவள் சத்தமாக சிரித்தாள். பிறகு தன் கண்களை அழகாக உயர்த்தி வானத்தைப் பார்த்தபடி ஸாரா, தன் உள்ளங்கை குழியில் ஏந்தியிருந்த மழைநீரை தனது ஈர உதடுகளைக் குவித்து வேகமாக ஊதினாள். காற்றின் வேகத்தில் அந்த மழைத்துளிகள் என் முகத்தில் பட... எனக்கு சிலிர்த்துப்போனது. ''ஸாரி...'' என்று ஸாரா கூறியதைப் பொருட்படுத்தாமல் அவளையே உற்றுப் பார்த்தேன். என் மனதிற்குள், 'என் இனிய பொன் நிலாவே' ஓடியது.

என் இனிய பொன் நிலாவே
பொன்நிலவில் என் கனாவே

ஸாராவுடன் பழக்கம் அதிகரிக்க... நான் மேலும் வேகத் தோடு கிட்டார் கற்றுக்கொள்ள ஆரம்பித்தேன். மூன்று மாதத்திற்குள்ளாகவே லீட் வாசிக்க ஆரம்பித்துவிட்டேன். ஆனால் ஸாராவிடம் நான் கிட்டார் க்ளாஸ் செல்வதை சொல்லவில்லை. ஒரு நாள் சர்ப்ரைஸாக அவள் முன்பு அந்தப் பாடலை வாசித்துக் என் காதலைச் சொல்லவேண்டும்.

ஒருநாள் பூச்செடிகள் அடர்ந்த வெஸ்ட்என்ட் பள்ளத்தாக்குப் பகுதியில் நடந்துகொண்டிருந்தோம். ஸாரா சிறுகுழந்தை போல் ஓடி ஓடி பூக்களைப் பறித்துக்கொண்டிருந்தாள். அப்போது திடீரென்று அடர்த்தியான பனி வந்து எங்களை மூடிக்கொள்ள.... எதிரே ஆள் இருப்பதே தெரியவில்லை. ஸாரா பயந்துபோய், ''நவீன்... நவீன்...'' என்று கத்தினாள். மலையில் மோதி என் பெயர் அழகாக 'நவீன்...' என்று சத்தமாக எதிரொலித்தது. நான் பதில் சொல்லாமல் சிரிப்புடன், அவள் அருகிலேயே நின்றுகொண்டிருந்தேன். ஸாரா பெயரும் அதே போல் எதிரொலிக்கவேண்டும் என்று ஆசைப்பட்டேன். அதனால் வேகமாக சற்று தூரம் ஓடி ஸாராவிடமிருந்து தொலைவில் நின்றுகொண்டு, ''ஸாரா.. ஸாரா....'' என்று கத்த.... மலையெங்கும் ஸாரா... ஸாரா... என்று எதிரொலித்தது.

''நவீன்... ஐயம் கம்மிங். அங்கயே இருங்க'' என்றபடியே ஸாராவின் குரல் அருகில் நெருங்கியது. நான் முன்னே நடக்க... சட்டென்று ஸாரா என் மீது மோத... கத்தியபடி இருவரும் பூச்செடிகளில் விழுந்தோம். நான் எழுந்தபோது பனி கலைய ஆரம்பித்திருந்தது. அருகில் பூச்செடிகளில் விழுந்திருந்த ஸாரா மங்கலாகத் தெரிந்தாள். ''நவீன்... தூக்கி விடுங்க...'' என்றாள். நான் பனியால் சில்லிட்டிருந்த அவள் வலது கையை என் கையில் பிடித்தபோது, மனதிற்குள், ''என் இனிய பொன்நிலாவே'' என்று கிட்டார் இசைத்தது. இப்போது பனி முற்றிலுமாக விலக.... கொத்து கொத்தாக பூத்திருந்த வயலட் நிறப் பூக்களுக்கு நடுவே தெரிந்த ஸாராவின் அழகிய முகத்தைப் பார்த்தபோது, என் மன கிட்டாரின் அத்தனை தந்திகளும் அழகாக மீட்டப்பட்டன.

என் வேகத்தைக் கண்டு மாஸ்டர் பிரமித்துப் போனார். ஐந்தே மாதங்களுக்குள் கார்ட்ஸூம், லீடும் சேர்ந்து வாசிக்கும் அளவுக்குத் தேறிவிட்டேன். ஸாரா ட்ரெய்னிங் முடிந்து செல்ல, இன்னும் ஒரு மாதம்தான் இருக்கிறது.

''மாஸ்டர்... வர்ற தேர்ட்டிஃபர்ஸ்ட் ஸாரா ரிலீவ் ஆகுறா. அவளுக்கு கர்நாடகா, மடிக்கேரில போஸ்ட்டிங். அதுக்குள்ள நான் அவளுக்கு 'என் இனிய பொன்நிலாவே' வாசிச்சு என் லவ்வச் சொல்லணும்,'

''ஓகே... நாளைலருந்து காலைலயும், சாயங்காலமும் ரெண்டு வேளையும் வா.''

மறுநாள் காலை. மாஸ்டர், 'இந்தா. இதான் என் இனிய பொன்நிலாவே நோட்ஸ். ஸி மைனர்ல வாசிக்கணும்...'' (என்று ஒரு காகிதத்தை நீட்டினார். நான் அதை பிரசாதம் போல் பவ்யமாக வாங்கி ஒரு முறை பார்த்தேன். ப்ரீலூடை வாசிப்பதற்காக, இடது கை மோதிர விரலை அஞ்சாவது ஃப்ரெட்டின் மூன்றாவது ஸ்ட்ரிங்கில் வைத்து, ப்ளக்ட்ரமால் வாசித்தபோது என் வாழ்க்கையின் முக்கியமான கட்டத்தில் அடியெடுத்து வைப்பது போல் இருந்தது. பாடலை வாசிக்கும்போது நிறையத் தவறுகள் செய்தேன். மாஸ்டர்சரி செய்தார். தினமும் க்ளாஸிலும், வீட்டிலும் கடும் பயிற்சியில் ஈடுபட்டேன். ஸாரா ரிலீவ் ஆவதற்கு முந்தைய நாள்.

நான் வாசிப்பதை நடுவில் நிறுத்திய மாஸ்டர், ''பாட்டோட செகண்ட் இன்ட்டர்லூடுல, நீ ஹையர் ஆக்டேவ்ல வாசிக்கவேண்டியத, மறுபடியும் மறுபடியும் மிடில் ஆக்டேவ்ல

வாசிக்கிற. அதை மட்டும் நைட்டுக்குள்ள கரெக்ட் பண்ணிடு. மத்தபடி வெரி பர்ஃபெக்ட். நாளைக்கு நீ அவகிட்ட வாசிச்சு உன் காதலைச் சொல்லலாம்'' என்றார்.

மறுநாள் அவள் குவார்ட்டர்ஸ்க்கு செல்வதற்காக கிட்டாரோடு கிளம்பிக்கொண்டிருந்தேன். வெளியே மிதமான வேகத்தில் மழை பெய்துகொண்டிருந்தது. யாரோ கதவைத் தட்டும் சத்தம் கேட்க... கதவைத் திறந்தேன். வெளியே மழைச்சாரலடிக்க நனைந்தபடி நின்று கொண்டிருந்த ஸாராவைப் பார்த்தவுடன் எனக்கு சிலிர்த்துப் போனது.

''இன்னைக்கி ரிலீவ் ஆவப்போறேன். அதான் உங்க வீட்டுக்கு வந்து சொல்லிட்டுப் போகலாம்ன்னு வந்தேன். ஈவ்னிங் டைமிருக்காது.''

''கம்... கம் இன்சைட்'' என்று சந்தோஷத்துடன் கதவை நன்கு திறந்தேன். உள்ளே நுழைந்து சோஃபாவில் அமர்ந்த ஸாரா, ''அருமையான நாட்கள் நவீன். இந்த மழை, குளிர், பனி... எல்லாத்தையும் மிஸ் பண்ணப்போறேன்...'' என்றாள்.

''அவ்ளோதானா? என்னை மிஸ் பண்ணப்போறதில்லையா?''

''அஃப்கோர்ஸ்... ஐ வில் மிஸ் யூ...''

''ஐ வில் மிஸ் யூ ஃப்ரம் தி பாட்டம் ஆஃப் மை ஹார்ட்...'' என்றேன் நான் உணர்ச்சிப்பெருக்குடன். ஒருதுளியும் என் மீது சந்தேகப்படாமல் மெலிதாகச் சிரித்த ஸாரா, சுவரில் சாய்த்து வைக்கப்பட்டிருந்த கிட்டாரைப் பார்த்தவுடன் விழிகளில் ஆச்சர்யத்துடன் ''உங்களுக்கு கிட்டார் வாசிக்கத் தெரியுமா? என்கிட்ட சொன்னதே இல்ல...'' என்றபடி எழுந்துபோய் கிட்டாரை எடுத்தாள்.

நான் பதில் ஒன்றும் சொல்லாமல் சிரிக்க... ஸாரா, ''எதாச்சும் பாட்டு வாசிங்க'' என்று என்னிடம் கிட்டாரை நீட்டினாள். இப்போது ஜன்னலுக்கு வெளியே மழை ஆக்ரோஷத்துடன் பெய்துகொண்டிருந்தது. நான், ''இந்த கிட்டார்ல எனக்கு ஒரே ஒரு பாட்டுதான் வாசிக்கத் தெரியும் ஸாரா''என்றேன்.

''அதை வாசிச்சு காமிங்க...''

நான் நெஞ்சு படபடக்க... முதலில் கிட்டாரின் ட்யூனிங் கீயைத் திருகி சரி செய்துகொண்டேன். சட்டென்று வாசிக்க வரவில்லை. ஸாராவையே உற்று நோக்கினேன். உயிர்ப்பான கண்கள். மலர்ச்சியான சிரிப்பு. ஸாரா... மைடியர் ஸாரா.... மை

பியூட்டிஃபுல் ஸாரா... மை ஹார்ட்ஃபுல் ஸாரா... ஸாராவின் முகத்திலிருந்து எனக்கான இசையை எடுத்துக்கொண்டு வாசிக்க ஆரம்பித்தேன். முதலில் தந்திகளை சில வினாடிகள் வெறுமனே நிரடிவிட்டு, சட்டென்று 'என் இனிய பொன் நிலா'வின் ப்ரீலூடை வாசிக்க... ஸாரா விறுக்கென்று நிமிர்ந்து என்னைப் பார்த்தாள். கண்களில் குழப்பம். கேள்வி. நான் தொடர்ந்து வாசித்தேன்.

என் இனிய பொன்நிலாவே
பொன்நிலவில் என் கனாவே...

தொடர்ந்து நான் வாசிக்க, வாசிக்க... சுற்றியுள்ள எல்லாம் மறைந்து நானும், ஸாராவும் மட்டும் பூக்கள் நிறைந்த வெஸ்ட் என்ட் பள்ளத்தாக்கில் மழைநீரில் நனைந்தபடி அமர்ந்திருந்தோம். நான் வாசிக்க... வாசிக்க... ஸாரா வயலட் நிறப் பூக்களை அள்ளி என் மீது வீசிக்கொண்டேயிருந்தாள். பூக்கள் நழுவி கிட்டாரில் விழ... கிட்டாரின் வேகம் அதிகமானது. நான் ஸாராவின் கண்களையே பார்த்தபடி தொடர்ந்து வாசிக்க... ஸாராவிற்கு லேசாகப் புரிந்தாற்போல் இருந்தது. நான் முதல் சரணத்தின் முடிவில், ''புரியாதோ... என் எண்ணமே....'' என்று வாசித்தபோது அவளுக்குப் புரிந்துவிட்டது. மெல்ல அவள் கண்கள் கலங்க ஆரம்பித்தது. நான் தொடர்ந்து இரண்டாவது சரணத்தை வாசிக்க... ஸாரா எழுந்து வந்து என் காலடியில் அமர்ந்துகொண்டாள். அவள் கண்ணோரம் நீர் கசிய... நான் தொடர்ந்து,

கை சேரும் காலம்
அதை என் நெஞ்சம் தேடும்...
இதுதானே என் ஆசைகள்...
அன்பே...''

என்று வாசித்தபோது ஸாரா சட்டென்று என் முழங்காலில் தன் தலையைப் பதிக்க... நான் வாசிப்பதை நிறுத்தினேன்.

ஸாராவின் முதுகு அழுகையில் குலுங்குவது தெரிந்தது. அவள் ஏன் அழுகிறாள் என்று புரியவில்லை. அவள் முதுகில் இருந்த கூந்தல் சரிந்து கழுத்தில் நழுவியது. நான் அவள் தலைமுடியில் கைவைக்க... ஸாரா நிமிர்ந்தாள். அவள் கண்ணீருக்குப் பின்னால் தெரிந்த கண்களில், ஒரு பரிசுத்தமான காதலை என்னால் உணரமுடிந்தது. ''மை டியர் ஸாரா... மை பியூட்டிஃபுல் ஸாரா... மை ஹார்ட்ஃபுல் ஸாரா...'' என்றபடி அவள் கன்னங்களில் இருந்த கண்ணீரைத் துடைத்த என் ஆள்காட்டி விரல், அவள் உதடுகளில் பட்டு அப்படியே நின்றது. வெளியே மழை பின்னி

எடுத்துக்கொண்டிருந்தது. நான் என் விரலை நகர்த்தாமல், ஸாராவின் முகத்தையே உற்றுப் பார்த்துக்கொண்டிருந்தேன். ஸாரா மெல்ல தன் உதடுகளைக் குவித்து, என் விரலில் மெலிதாக ஒரு முத்தமிட... எனக்குள் ஓராயிரம் கிட்டார்கள் ஓரே நேரத்தில் மீட்டப்பட்டன.

சட்டென்று ஏதோ நினைத்துக்கொண்டு, என்னிடமிருந்து விலகிய ஸாரா குமுறி குமுறி அழுதபடி, ''ஏன் நவீன் இப்படி பண்ணின? இதை நீ முன்னாடியே வாசிச்சிருக்கலாம்ல்ல'' என்றாள். நான் குழப்பத்துடன், ''ஏன் ஸாரா?'' என்றேன்.

சில வினாடிகள் தொடர்ந்து அழுத ஸாரா, ''எனக்கு கல்யாணம் ஃபிக்ஸ் ஆயிடுச்சு நவீன். கல்யாணப் பத்திரிகை கொடுக்கத்தான் வந்தேன்'' என்று கூற என் மனக் கிட்டாரின் அத்தனை நரம்புகளும் பட்டென்று அறுந்தன. எனது உடம்பெல்லாம் நடுங்க, ''ஸாரா...'' என்றேன். ஸாரா தன் ஹேண்ட்பேகிலிருந்து திருமணப் பத்திரிகையை எடுத்து நீட்டினாள். நான் அதிர்ச்சியுடன் பத்திரிகையை வாங்கியபடி 'இனிமே ஒண்ணும் பண்ணமுடியாதா?'' என்பது போல் அவள் முகத்தைப் பார்த்தேன்.

அவள் என் மனதைப் புரிந்துகொண்டு, ''ஒண்ணும் முடியாது நவீன். பத்திரிகை அடிச்சு எல்லாத்துக்கும் கொடுத்தாச்சு. சினிமா மாதிரி க்ளைமாக்ஸ்ல எதுவும் மாத்தமுடியாது நவீன். அதுவுமில்லாம நம்ம ரெண்டு பேரும் வேற வேற மதம். கட்டாயம் ரெண்டு பேரு வீட்டுலயும் ஒத்துக்கமாட்டாங்க'' என்றாள்.

ஸாரா சொன்னதில் உள்ள நிஜம் உறைக்க... மனதில் பெரிய பாறையைத் தூக்கி வைத்தது போல் ஒரு பாரம். என் கண்களிலிருந்து கண்ணீர் வடிய, ''நான் அந்தப் பாட்ட வாசிச்ச நாலு நிமிஷத்துல, நீ என்னை காதலோட பாத்த அந்த நாலு நிமிஷத்துல, உன் கூட ஒரு முழு வாழ்க்கைய வாழ்ந்து முடிச்சுட்டேன் ஸாரா...'' என்றேன்.

''அந்த நாலு நிமிஷத்துலயே நம்ம காதல் பிறந்து இறந்துடுச்சு நவீன்'' என்ற ஸாரா கண்களைத் துடைத்துக்கொண்டு எழுந்தாள். நான் கதவைத் திறந்தேன்.

சாலையில் இறங்கி, மழையில் நனைந்தபடி நடந்தாள் மை டியர் ஸாரா. மை பியூட்டிஃபுல் ஸாரா. மை ஹார்ட்ஃபுல் ஸாரா.

கடவுள் சிலரைக் காதலர்களோடு வாழ்வதற்காகப் படைக்கிறார். மற்றவர்களை காதல் நினைவுகளோடு வாழ்வதற்காக படைக்கிறார்.

– கல்கி

பிப்ரவரி, 2015

09

a விநாயக சதுர்த்தி by

காவிரி ஒரு ஆறு என்பதை யாரும் மறந்துவிடக்கூடாது என்பதற்காகக் கரையோரமாகச் சிறிதளவு மட்டும் நீர் ஓடிக்கொண்டிருக்க, முக்கால்வாசிப் பகுதி வெறும் மணற் பரப்பாக விரிந்திருந்தது. நட்டு நடு மணலில், பௌர்ணமி வெளிச்சத்தில் அமர்ந்திருந்த மூவரும் இளைஞர்கள் என்பதால் டாஸ்மாக் போதையுடன், தங்கள் கைகளிலிருந்த செல்ஃபோன்களை நோண்டியபடி பெண்களைப் பற்றி பேசிக்கொண்டிருந்தனர்.

அப்போது மகேந்திரனின் செல்ஃபோன் அடிக்க... பச்சையை அழுத்தி ''சொல்லு அசோக்கு...'' என்ற மகேந்திரனின் முகம் மாறியது.

''நிஜமாவாச் சொல்ற?'' என்ற மகேந்திரன் தொடர்ந்து சில நிமிடங்கள் மொபைலில் ''ம்...'' மட்டும் போட்டுவிட்டு, ''சரி நாங்க பாத்துக்குறோம்'' என்று மொபைலை கட் செய்தான்.

''என்னாச்சு மாப்ள?''

''விநாயக சதுர்த்தி திருவிழா போஸ்டர்ல, நம்ம பேரே இல்லையாம்'' என்றவுடன் ரங்கராஜனும், தண்டபாணியும் அதிர்ந்தனர்.

''டேய் போஸ்டர் இன்சார்ஜ் யாருடா?'' என்ற மகேந்திரனின் குரலில் கோபம் தெரிந்தது.

''விழாக்குழு தலைவர் பாபுதான். வேற யாரு?''

''டேய்... நீ நம்ம பேர எழுதிக்கொடுத்தியா? இல்லையா?'' என்றான் ரங்கராஜன் மகேந்திரனிடம்.

''எங்கக்கா மேல சத்தியமா எழுதிக்கொடுத்தன் மாப்ள. ரைஸ்மில் ரங்கராஜன், ஷாக்கு மகேந்திரன், தண்டர் தண்டபாணின்னு எழுதிக்கொடுத்தன் மாப்ள...''

''அப்புறம் ஏன் விட்டானுங்க?''

''அன்னக்கி நீ வசூல் பண்ண பணத்துக்கு கணக்குல்லாம் கேட்டீல்ல. அந்தக் கடுப்பா இருக்கும்.''

''அதுக்குன்னு விழாக்கமிட்டி, செயற்குழு உறுப்பினர்கள் பேர போடாம போஸ்டர் அடிப்பானுங்களா? பாத்துடலாம்.''

மேற்கொண்டு ஒன்றும் பேசாமல் ஆற்றைக் கடந்து கரையேறி, பிரதான சாலைக்கு வந்தனர். ஒத்தத் தெரு முனையில் ஒட்டப்பட்டிருந்த போஸ்டர், இன்னும் பசை காயாமல் இருந்தது. ரங்கராஜன் சத்தமாக போஸ்டரை வாய்விட்டுப் படித்தான்.

''விநாயகர் சதுர்த்தியை முன்னிட்டு, வழக்கம் போல் இவ்வாண்டும் மூன்று நாட்கள் திருவிழா நடைபெறும். மூன்றாம் நாள் விநாயகர் ஊர்வலமாக எடுத்துச் செல்லப்பட்டு, காவிரியில் கரைக்கப்படுவார். முதலாம் நாள் நிகழ்ச்சி...'' என்று படித்த ரங்கராஜனின் தலையில் தட்டிய தண்டபாணி, ''அது யாருக்குடா வேணும்? யாராரு பேரு போட்டுருக்கானுங்கன்னு பாருடா...'' என்றவுடன் தண்டபாணி பெயர்களைப் படிக்க ஆரம்பித்தான்.

''பைக்கு பாபு, குச்சி ஐஸ் குமாரு, கோன் ஐஸ் கோபாலு... மச்சான்.. நம்ப பேரு காணோம் மச்சான்.''

''நம்ப பேரப் போடாம எப்படித் திருவிழா நடக்குதுன்னு பாப்போம்'' என்ற ரங்கராஜன் போஸ்டரைக் கிழித்து எறிந்தான்.

தெருவில் அடுத்தடுத்து ஒட்டியிருந்த போஸ்டர்களை மூவரும் கிழித்துக்கொண்டே வர... தூரத்தில் தேர்முட்டி அருகில், பாபு குழுவினர் போஸ்டர் ஒட்டிக்கொண்டிருப்பது தெரிந்தது. மூவரும் பாபு கோஷ்டியை நெருங்க, அவர்கள் கண்டுகொள்ளாதது போல் போஸ்டர் ஒட்டிக்கொண்டிருந்தனர்.

"பாபு... எங்க பேர ஏன் போஸ்டர்ல போடல? நாங்க மூணு பேரும் எக்ஸிக்யூட்டிவ் மெம்பர்ஸ்" என்று ரங்கராஜன் அமைதியாகத்தான் ஆரம்பித்தான்.

"உங்கள செயற்குழுலருந்து தூக்கியாச்சு."

"எங்கள எவன்டா தூக்குறது?"

"பொதுக்குழுவக் கூட்டித் தூக்கிட்டோம்" என்றான் பாபு நக்கலாகச் சிரித்துக்கொண்டே.

"பாபு... நடந்தது நடந்துருச்சு. பரவால்ல விடு. நாளைக்கே எங்க பேர போட்டு ஒரு நூறு போஸ்டர் அடிச்சு ஒட்டிடு..."

"என்னாத்துக்கு? போய் வேலையப் பாருங்கடா... அனாவசியமா என் விஷயத்துல தலையிட்டீங்க..." என்று பாபு மகேந்திரனை அடிப்பது போல் முன்னால் வந்தான்.

"பாபு... வீணாப் பிரச்சன வேண்டாம்." என்று மகேந்திரன் கை நீட்டி எச்சரிக்க, "என்னடா கைய நீட்டுற..." என்ற பாபு, மகேந்திரனின் கையை மடக்கி, அப்படியே அவன் முகத்திலேயே அடிக்க... மகேந்திரன் பொங்கி எழுந்துவிட்டான். "டேய்..." என்று பாபு மீது பாய்ந்தான். மகேந்திரனுக்கு ஆதரவாக ரங்கராஜனும், தண்டபாணியும் களமிறங்க... ஏறத்தாழ பத்து நிமிடம் அங்கு ஒரு உக்கிரமான சண்டை நடந்தது. யாருக்கும் வெற்றி, தோல்வியின்றி சண்டை இழுத்துக்கொண்டே சென்று, அவர்கள் சண்டையில் சலிப்படைந்த சமயத்தில் போலீஸ் விசில் சத்தம் கேட்க... இதுதான் சாக்கென்று, "டேய்... போலீசு..." என்று அனைவரும் சிட்டாகப் பறந்தனர்.

மறுநாள் காலை, கருமாதி மண்டபத்தில் மூவரும் சோகமாக அமர்ந்திருந்தனர்.

"இப்ப என்னடா பண்றது?" என்றான் தண்டபாணி.

"என்ன பண்ண முடியும்? பாபு அப்பா பஞ்சாயத்து போர்டு சேர்மேன். பிள்ளையார்கோயில் அறங்காவலர் குழுத் தலைவரும் அவர்தான். பாபுவ மீறி என்ன பண்ணமுடியும்?" என்றான் மகேந்திரன்.

"மூணு வருஷமா விநாயக சதுர்த்திக்கு தூள் கிளப்பினோமே மாப்ள... இப்ப நம்ம இல்லாம எப்படிடா... மனசே கேக்கலடா..."

"சரி விடு... இந்த தடவ விநாயகர் சதுர்த்தியப்ப எங்கயாச்சும் வெளியூரு போயிடலாம்."

''என்னாத்துக்கு போகணும். நம்ம என்ன பொட்டைங்களா... இருந்து நம்ம யாருன்னு காமிப்போம்டா. நம்ப தனியா விநாயகர் சதுர்த்தி கொண்டாடுவோம்'' என்றான் ரங்கராஜன்.

''நம்ம ஊருல இருக்குறது ஒரே பிள்ளையார் கோயில். அதுக்குதான் பாபு விழா கொண்டாடப்போறான். நம்ப எந்த கோயிலுக்குக் கொண்டாடுறது?''

''சொல்றன்... நம்ம அரசமரத்தடி பிள்ளையார் கோயில் ரொம்ப நாளா பூட்டிக் கிடக்குல்ல?''

''ஆமாம்... யாரோ ஒரு பொண்ணு, அரச மரத்தடில தூக்கு போட்டு தொங்கிருச்சுன்னு பூட்டிக் கிடக்கு.''

''அந்த பிள்ளையார் கோயில மறுபடியும் தெறக்குறோம். இந்த வினாயகர் சதுர்த்திக்கு நம்ம தனியா திருவிழா நடத்துறோம்.''

''மச்சான். சூப்பர் ஐடியா மச்சான்'' என்றான் தண்டபாணி.

''டேய்... தற்கொலை நடந்த இடம்.'' என்றான் மகேந்திரன்.

''கோயில்லயா தற்கொலை நடந்துச்சு. அரசமரத்தடிலதான? எதுக்கும் இருக்கட்டும்னு ரெட்டைத் தெரு அய்யர்ட்ட கேட்டுட்டேன். ஒரு கணபதி ஹோமம் பண்ணிட்டு, பேஷா நடத்தலாம்ன்னுட்டாரு.''

''சரிடா... கோயில் யாருதுடா? கவர்மென்ட்டுன்னா விடமாட்டாங்களே.''

''இல்ல பிரைவேட் பார்ட்டிதுதான். நம்ம முத்தையா செட்டியாரோட கோயில். செட்டியார் பையன் என் கூடத்தான் படிச்சான். அவன வச்சு பேசிடலாம்.''

''டேய்... சீரியஸாதான் சொல்றியா?''

''நிஜமாத்தான்டா. நம்பள நீக்கிட்டு அவனுங்க திருவிழா நடத்துவானுங்க... நம்ம வாயில விரல வச்சுகிட்டு வேடிக்கை பாக்கணுமா? நம்ம யாருன்னு அவனுங்களுக்குக் காமிக்கணும்ல.''

''காமிச்சிடுவோம் மாப்ள... அவனுங்கள விட சூப்பரா நடத்திக் காமிக்கிறோம்'' என்றான் தண்டபாணி.

''நம்மதான் விழாக் குழு. நான்தான் தலைவர். மகேந்திரா... நீ செயலாளர். தண்டபாணி பொருளாளர்.''

''மாப்ள... வர்ற பத்தொம்போதாம் தேதி விநாயகர் சதுர்த்தி. இன்னும் பத்து நாள்தான் மாப்ள இருக்கு.''

''அது போதும் மச்சான்... தூள் கிளப்பிடலாம். மொத்தம்

முப்பதாயிரம் பட்ஜெட். நம்ம ஆளுக்கு ஆயிரம் ரூபாய் போடலாம். இன்னக்கே கலெக்‌ஷனுக்கு ரசீது புத்தகம் அடிக்கக் கொடுத்துடலாம். அப்புறம் கலை நிகழ்ச்சி, அரேஞ்ச்மென்ட்... அது இதுன்னு ஏகப்பட்ட வேலை இருக்கு. கூட எவ்ளோ செலவானாலும் நான் பாத்துக்குறேன். எங்க ரைஸ்மில்லையே இழுத்து பூட்டினாலும் சரி... இந்தத் திருவிழால தூள் கிளப்புறோம்.''

''சரி மாப்ள...'' என்று மகேந்திரனும், தண்டபாணியும் உத்வேகத்துடன் எழுந்தனர்.

செட்டியாரிடம் பேசி கோயில் சாவியை வாங்கினர். ரசீது புத்தகம் அடித்து கலெக்‌ஷனில் இறங்கினர். அனைவரும், ''என்னப்பா... அவங்க வேற வந்துட்டு வாங்கிட்டுப் போனாங்க. என்றனர். ''இது நாங்க தனியா அரசமரத்தடி பிள்ளையாருக்கு நடத்தறோம்'' என்று பேசி பணம் வசூலித்தனர். கொஞ்சம் பணம் சேர்ந்தவுடன், பெரிதாக நாலு பிட் போட்டு போஸ்டர் அடித்தனர்.

ஸ்டைலாக ' A விநாயகர் சதுர்த்தி by'' த்ரீ ஸ்டார் என்று போட்டு... மூன்று நட்சத்திரங்களுக்குள் அவர்களுடைய புகைப்படங்களைப் பெரிது, பெரிதாக போட்டுக்கொண்டனர். ரங்கராஜன், சட்டைப் பையில் ஒரு பெரிய செல்ஃபோன், இடது கையில் ஒரு செல்ஃபோன் மற்றும் வலது காதில் வைத்துக்கொண்டு பேசுவதுபோல் ஒரு ஃபோன் என்று மொத்தம் மூன்று செல் ஃபோன்களுடன் போஸ் கொடுத்திருந்தான். மகேந்திரன் திருச்சியில் அவனுடைய மாமா மெம்பராக இருக்கும் யூனியன் கிளப்புக்கு சென்று, அங்கு பில்லியர்ட்ஸ் விளையாடுவது போல் (அதை மகேந்திரன் குச்சிப்பந்து விளையாட்டு என்றுதான் சொல்வான்.) போட்டோ எடுத்து வந்து போஸ்டரில் போட்டிருந்தான். தண்டபாணி பத்து விரல்களிலும் கவரிங் மோதிரங்கள் போட்டு, கழுத்தில் கிட்டத்தட்ட ஒரு இரும்புச் சங்கிலி சைஸ்க்கு செயின் போட்டு, பார்க்கும் சின்னக் குழந்தைகள் பயத்தில் ஒண்ணுக்கு போவது போல், பயங்கரமாகச் சிரித்து போஸ் கொடுத்திருந்தான். இவர்களுடைய போஸ்டருக்காகவே ஊரெங்கும் பேசப்பட்டனர்.

அடுத்து கோயில் வாசலில் வைக்க, பிளாஸ்டர் ஆஃப் பாரிஸில் விநாயகர் சிலை செய்ய, ஆர்டர் கொடுக்கவேண்டும்.

''தண்டபாணி... அவனுங்க எத்தன அடி உயரத்துல பிள்ளையார் வைக்கிறானுங்க?'' என்றான் ரங்கராஜன்.

"பத்தடி."

"நம்ம பன்னெண்டு அடி வைக்கிறோம்." என்று பாபு ஆர்டர் கொடுத்திருந்த பிளாஸ்டர் பிரதாப்பிடமே சென்று, இவர்களும் ஆர்டர் கொடுத்தனர். இவர்கள் பனிரெண்டு அடிக்கு ஆர்டர் கொடுத்திருப்பதைக் கேள்விப்பட்டு, பாபு தங்கள் பிள்ளையார் உயரத்தைபதினைந்து அடியாக்கினான். இவர்கள் 18 அடியாக்கினர். அவர்கள் 20 அடியாக்கினர். கடுப்பான பிளாஸ்டர் பிரதாப், இரு தரப்பும் பிள்ளையாரின் உயரம் குறித்து சமாதானமாகப் பேசி ஒரு முடிவுக்கு வந்த பிறகு, பிள்ளையார் வேலையை ஆரம்பிப்பதாக சொல்லிவிட்டான். எனவே இது தொடர்பான பேச்சு வார்த்தைக்கு வருமாறு பாபு, பிரதாப்பிடமே சொல்லியனுப்பினான். இரண்டு தரப்புக்கும் பொதுவாக, பெரியாஸ்பத்திரி சாலையில் இரவு 10 மணிக்கு மேல் சந்திக்கலாம் என்று முடிவு செய்யப்பட்டது.

இரவு மணி 10. பெரியாஸ்பத்திரி சாலை. ரங்கராஜன் தன் நண்பர்களுடன் ஆட்டோவில் சென்று இறங்கியபோது, பயங்கரமாக மழை பெய்துகொண்டிருந்தது. பாபு ஏற்கனவே தன் நண்பர்களுடன் வந்து ஜீப்பில் அமர்ந்திருந்தான். சாலையில் இவர்களைத் தவிர வேறு யாரும் இல்லை.

இவர்களைப் பார்த்தவுடன், பாபு ஜீப்பிலிருந்து இறங்கினான். பின்னால் கோபால், பாபுவுக்குக் குடை பிடித்தபடி நின்றுகொண்டிருந்தான். இதைப் பார்த்தவுடன் மகேந்திரனும் வேகமாகக் குடையைப் பிரித்து ரங்கராஜனின் தலைக்கு மேல் பிடித்துக்கொண்டான். இதைப் பார்த்த தண்டபாணி மெதுவாக ரங்கராஜனிடம், "மாப்ள... மழையும் அதுவுமா, தாதா பட க்ளைமாக்ஸ் மாதிரி செம எஃபெக்டா இருக்கு மாப்ள" என்றான்.

உடனே அவன் தலையில் தட்டிய ரங்கராஜன், "நானே எங்க கத்தியால போட்டுடப் போறானோன்னு திகில்ல வந்துருக்கன். வாய மூடுடா..." என்று கூறிவிட்டு, பாபுவை நோக்கி நடந்தான்.

பாபுவுக்கும் ஏதேனும் தாதா படம் நினைவிற்கு வந்திருக்க வேண்டும். குடையைப் பிடித்தபடி பின்தொடர்ந்த கோபாலை நிற்கச் சொல்லிவிட்டு, தனியாக மழையில் நனைந்தபடி வந்தான். ரங்கராஜனும் தனியாக மழையில் பாபுவை நோக்கி நடந்தான்.

பாபுவை நெருங்கியவுடன் ரங்கராஜன், "எதுக்கு வரச் சொன்ன?" என்றான்.

"ரெண்டு பேரும் பேசி, ஒரு காம்ப்ரமைஸ்க்கு வந்து, பிள்ளையார் உயரம் எவ்ளோன்னு சொன்னாதான், வேலையை ஆரம்பிப்பன்னு பிரதாப் சொல்லிட்டான். உனக்கும் வேணாம். எனக்கும் வேணாம். ரெண்டு பேரும் சமமா, ஆளுக்கு பத்தடி வச்சுக்குவோம். என்ன சொல்ற?''

"அப்பாடா. செலவு மிச்சம்..." என்று மனதுக்குள் நிம்மதியான ரங்கராஜன், ''சரி...'' என்று கூறிவிட்டுத் திரும்பி நடந்தான். சில அடிகள் நடந்த ரங்கராஜன், ''ஒரு நிமிஷம்...'' என்றான். பாபு நின்று ''என்ன?'' என்றான்.

"ரெண்டு பேரு பிள்ளையாரும் ஒரே உயரம்னு முடிவு பண்ணியாச்சு. அப்புறம் எதுக்கு பத்தடி? பேசாம ரெண்டு பேரும் அஞ்சு அடி வச்சிடுவோமே? செலவு மிச்சமாவும்ல..." என்றான் ரங்கராஜன்.

சில வினாடிகள் தலையை தூக்கி மழை நீரை முகத்தில் வாங்கிய பாபு, ''ஓகே...'' என்று கூறிவிட்டு நடந்தான்.

பொதுவாக விநாயகர் சதுர்த்தியின் போது, பிள்ளையார் கோயில் வாசலில் பத்து நாளைக்கு முன்பே பிளாஸ்டர் ஆஃப் பாரிஸில் செய்த பிள்ளையாரை வைத்துவிடுவார்கள். தினமும் இரவு அதற்கு பூஜை நடக்கும். விநாயகர் சதுர்த்திக்கு முந்தைய நாளிலிருந்து தொடர்ந்து மூன்று நாட்கள் கலை நிகழ்ச்சி நடத்திவிட்டு, மூன்றாம் நாள் மாலை ஊர்வலமாகச் சென்று காவிரியில் பிளாஸ்டர் ஆஃப் பாரிஸில் செய்த பிள்ளையாரைக் கரைப்பார்கள். இதுதான் ரெகுலர் ப்ரோக்ராம்.

விநாயகர் சதுர்த்தி நெருங்க, நெருங்க... இரு கோஷ்டியினருக்கும் சிறு, சிறு தகராறுகள். விநாயகர் சதுர்த்தி அமைதியாக முடிந்தது. பிள்ளையார் ஊர்வலத்திற்கு முதல் நாள், பாபு கோஷ்டியினர் ரிகார்ட் டான்ஸ் நடத்தியபோது ரங்கராஜன் தனது ஆட்களை அனுப்பி, பாட விடாமல் விசில் அடித்து கலாட்டா செய்தான். பதிலுக்கு பாபு, ரங்கராஜன் குழுவினர் ஆர்கெஸ்ட்ரா நடத்தியபோது, முழு போதையில் வந்து கலாட்டா செய்தான். பதிலுக்கு ரங்கராஜனும் தண்ணி அடித்துவிட்டுத் தகராறில் இறங்கினான். இரு குழுவினரும் பிளாஸ்டிக் சேர்களை தூக்கி அடித்துக்கொண்டனர். கடைசியில் போலீஸ் வந்துதான் இரு கோஷ்டியையும் பிரிக்கும்படியாயிற்று.

மறுநாள் மாலை. பிள்ளையாரை இரண்டு கிலோமீட்டர் தூரம் ஊர்வலமாக எடுத்துச் சென்று காவிரியில் கரைக்கவேண்டும். இரு கோஷ்டிக்கும் தகராறு என்பதால், போலீஸ் இரு தரப்பையும் அழைத்து, வேறு வேறு பாதைகளில் ஊர்வலம் செல்லுமாறு பணித்தது. நேரம் ஆறு மணியை நெருங்க, நெருங்க... இரு தரப்பினரும் பயங்கர டென்ஷனில் இருந்தனர்.

பாபு தலையில் போட்டிருந்த பிளாஸ்டரை தொட்டுப் பார்த்தபடி, ''என் மேலயே கை வச்சுட்டானுங்க மாப்ள. இன்னக்கி அவனுங்க பிள்ளையாரு காவிரிக்கு வரக்கூடாதுடா. நம்ப பிள்ளையார மட்டும்தான் கரைக்கிறோம்'' என்றான்.

''எப்படிடா?

''அவனுங்க எந்த ரூட்டுல போறானுங்க?''

''திருச்சி ரூட்டுல...''

''அது குறுக்கு வழிதான். எப்படியும் நமக்கு முன்னாடி போயிடுவாங்க. நம்ப என்ன பண்றோம்... தேரடி ஜங்சன்ல நம்ம ரூட்ட விட்டு விலகி, அவுங்க ரூட்டுல போயிடுவோம். போய் அவங்கள முந்திட்டுப் போற மாதிரி இடிச்சு, தள்ளி கலாட்டா பண்ணுவோம். நான் எங்கப்பா ஆளுங்க கொஞ்ச பேர வரச் சொல்லியிருக்கேன். கலாட்டா ஆரம்பிச்சவுடனே, அவனுங்கள அடிக்கற அடில, பிள்ளையார விட்டுட்டு அவங்கள ஓட வைக்கிறோம்.''

''போலீஸ் நம்பள அந்த ரூட்டுல விடணுமே...''

''அவங்க என்னடா... ஒரு பத்து பேரு வருவாங்க. பாத்துக்கலாம்.''

இரு தரப்பினரும் ஆறுமணிக்கு வெவ்வேறு பாதைகளில் ஊர்வலத்தை ஆரம்பித்தனர். தேரடி ஜங்ஷனைத் தாண்டியவுடன், பாபு குழுவினர் திடீரென்று பிள்ளையாரை திருச்சி சாலையில் திருப்பினர். இன்ஸ்பெக்டர் பாபுவிடம், ''பாபு... உங்கள ரயிலடி வழியாதான் போகச் சொல்லியிருக்கோம். நீங்க ஏன் இப்ப திருச்சி ரோட்டுல போறீங்க?'' என்று கேட்டுக்கொண்டிருக்கும்போதே அவர்கள் திமுதிமுவென்று இன்ஸ்பெக்டரைத் தள்ளிவிட்டு திருச்சி சாலையில் நுழைந்துவிட்டனர். பாபு, ''இப்படி போனாதான் சார் சீக்கிரம் போக முடியும்...'' என்று கூறிவிட்டு வேகமாக முன்னால் நடக்க ஆரம்பித்தான். பாபு யூனியன் சேர்மேன் மகன்

என்பதால், இன்ஸ்பெக்டர் மேற்கொண்டு ஒன்றும் சொல்லாமல் விட்டுவிட்டார்.

ரங்கராஜன் குழுவினரின் பிள்ளையார் முன்னால் சென்றுகொண்டிருக்க... பாபு குழுவினர் பிள்ளையாரைத் தூக்கி கொண்டு வேகமாக அவர்களை நோக்கி ஓடினர். இவர்களைப் பார்த்துவிட்டு, அவர்களும் வேகமாகப் பிள்ளையாரைத் தூக்கிக்கொண்டு ஓடினர். சில நிமிடங்களில் அங்கு ஒரு பிள்ளையார் ரேஸே நடக்க ஆரம்பித்தது. போலீசும் ஒன்றும் புரியாமல் அவர்கள் பின்னால் ஓடிக்கொண்டிருந்தனர். இரு குழுவினரும் கிட்டதட்ட ஒரே சமயத்தில் கரையை அடைந்தனர். ரங்கராஜன் கோஷ்டியினர் முதலில் பிள்ளையாரை இறக்கி, சூடம் கொளுத்திக்கொண்டிருந்தனர். அப்போது பாபு தரப்பிலிருந்து பறந்து வந்த கல் ஒன்று சரியாக ரங்கராஜனின் மண்டையைத் தாக்க கலாட்டா ஆரம்பித்தது.

இரு தரப்பினரும் நேருக்கு நேராக மோதிக்கொண்டனர். பிள்ளையாரைத் தூக்கி வந்த பல்லக்கின் கட்டைகள் உருவப்பட்டு ஆயுதங்களாகின. கொஞ்சமும் இரக்கமின்றி, மடேர் மடேரென்று அடித்துக்கொண்டனர். யார் யாரை அடிக்கிறார்கள் என்றே தெரியவில்லை. போலீஸ் குறுக்கே புகுந்து, பொத்தாம் பொதுவாக கையில் கிடைத்தவர்களை பின்னி எடுத்தனர். சிலர் அடி தாங்க முடியாமல் தண்ணீரில் குதித்தனர். காவிரி நீரில் ரத்தம் கலந்து, கரையோரம் லேசாக செம்பழுப்பில் ஓடியது. கூட்டம் தெறித்து ஓட... போலீசார் விரட்டி, விரட்டி அடித்தனர்.

கால் மணி நேரம் கழித்து காவிரிக் கரையில் போலீசாரும், பிள்ளையாரும் மட்டுமே இருந்தனர்.

கடைசியில் போலீசார் இரு பிள்ளையார்களுக்கும் பூஜை நடத்தி தண்ணீரில் கரைத்தனர்.

– கல்கி தீபாவளி மலர்
2013

முதல் முத்தம்

திருச்சி, மலைக்கோட்டை, தெப்பக்குளம். கடைவீதியில், மெல்ல நடந்து சென்று கொண்டிருந்த நூற்றுக்கணக்கான ஜனங்கள் வேடிக்கை பார்க்க... அந்த அறுபது வயது பெரியவர், சாஷ்டாங்கமாக என் காலில் விழுந்தார்.

''அய்யோ...'' என்று பதறியபடி, ''சார் ... என்ன சார் இது... எழுந்திருங்க,'' என்று கீழே குனிந்து அவரைத் தூக்க முயற்சித்தேன்.

''என் மகளை விட்டுர்றன்னு சொல்லுங்க. அப்பதான் எழுந்திருப்பேன்,''

''அய்யோ என்ன சார்...'' என்றபடி சுற்றிலும் பார்த்தேன். அருகில் பெல்ட் விற்றுக்கொண்டிருந்தவர்கள், சிந்தாமணி சூப்பர் மார்க்கெட் வாசலில் ஜுஸ் குடித்துக்கொண்டிருந்தவர்கள், ஜவுளிக் கடை பைகளுடன் திரும்பிக்கொண்டிருந்தவர்கள்... என்று எல்லோரும் தங்கள் காரியத்தை மறந்துவிட்டு, அதிர்ச்சியுடன் பார்த்துக்கொண்டிருந்தனர்.

அடிக்கும் எதிரியைத் திருப்பித் தாக்கலாம். திட்டுபவனைப் பதிலுக்குத் திட்டலாம். காலில் விழும் மனிதரிடம் எப்படி நடந்துகொள்வது என்று புரியவில்லை.

அருகில் கர்ச்சீப் விற்றுக்கொண்டிருந்த பையன், ''என்ன சார்? பெரியவர் கூட ஏதாச்சும் ப்ராப்ளமா?'' என்றான்.

''ஒண்ணுமில்லப்பா'' என்ற நான், ''எழுந்திருங்க சார். நம்ப பேசி, ஒரு முடிவுக்கு வரலாம். இப்ப தயவு செஞ்சு எழுந்திருங்க,'' என்றேன்.

என் காலை விட்டுவிட்டு எழுந்தவர், தூசியாய் இருந்த வேட்டியை தட்டிவிட்டுக்கொண்டார். மேல்துண்டால் கண்களைத் துடைத்துக் கொண்டார்.

திருச்சி கோட்டை ரயில்வே ஸ்டேசன், 12 மணி வெயிலில் கூட்டமேதுமின்றி, அமைதியாக இருந்தது. அந்த ஆலமரத்தடியிலிருந்த ஸ்டோன் பெஞ்சில், இருவரும் ஒன்றும் பேசாமல் அமர்ந்திருந்தோம். கோகிலாவின் அப்பா என் காலில் விழுந்த அதிர்ச்சியிலிருந்து நான் இன்னும் மீண்டிருக்கவில்லை.

ஆயாசத்துடன் பெஞ்சில் சாய்ந்து கண்களை மூடிக்கொண்டேன்.

கோகிலா, அலுவலகத்தில் என்னுடன் பணிபுரிந்து வருபவள். திருச்சியிலிருந்து 10 கி.மீ தொலைவிலுள்ள சிறிய ஊரிலிருந்து வருபவள். நானும், கோகிலாவும் கடந்த இரண்டு ஆண்டுகளாக தீவிரமாகக் காதலித்து வருகிறோம். கோகிலா வீட்டில் மாப்பிள்ளை பார்க்க ஆரம்பிக்க, கோகிலா எங்கள் காதல் விஷயத்தை வீட்டில் கூறியிருக்கிறாள். பல நூற்றாண்டுகளாக, எத்தனையோ காதலர் களைப் பிரித்து வீசிய ஜாதி வேறுபாடு, எங்கள் காதலுக்கும் இடையூறாக நின்றது.

கோகிலா தனது காதலில் உறுதியாக இருந்தாள். வீட்டில் வேலைக்கு அனுப்புவதை நிறுத்திப் பார்த்தார்கள். அடித்து, உதைத்துப் பார்த்தார்கள். எதற்கும் மசியவில்லை. அதைப்பற்றிக் கவலைப்படாமல் கோகிலாவின் வீட்டில், அவளுக்கு மாப்பிள்ளை பார்க்க ஆரம்பித்தனர். அடுத்த வாரம், பெண் பார்க்க வரவுள்ளனர். பெண் பார்க்க வரும் மாப்பிள்ளையிடமே எங்கள் காதல் விஷயத்தைக் கூறி விடுவேன் என்று கோகிலா மிரட்ட, கோகிலாவின் அப்பா என் காலில் வந்து விழுந்தார்.

இன்று காலை அலுவலகத்திற்கு வந்த கோகிலாவின் அப்பா, என்னுடன் தனியாகப் பேச வேண்டுமென்று கூறினார். இருவரும் அலுவலகத்திற்கு அருகிலிருந்த தெப்பக்குளத்திற்கு வந்தோம்.

"என் பொண்ணு உங்களைதான் கட்டிப்பேன்னு ரொம்பப் பிடிவாதமா இருக்கா. நீங்கதான் எடுத்துச் சொல்லணும்" என்று ஆரம்பித்தார்.

"என்ன சொல்லணும்.?"

"வீட்டுல பாக்குற மாப்பிள்ளையைக் கட்டிக்கச் சொல்லணும்." என்றவரை நான் ஆத்திரத்துடன் நோக்கினேன்.

கோபத்தைக் கட்டுப்படுத்திக்கொண்டு, "இதை நீங்களே உங்க பொண்ணுகிட்ட சொல்லவேண்டியதுதானே?"

"அவ கேட்கமாட்டேங்கறா."

"அதுக்கு நான் என்ன பண்ணமுடியும்?"

"என்னை மறந்துடுன்னு சொல்லி, நீங்கதான் அவ மனசை மாத்தணும்."

"என்ன சார் இது பைத்தியக்காரத்தனமா இருக்கு? நான் அவளை உயிருக்குயிரா நேசிச்சுட்டிருக்கேன். என்னையப் போய்..."

"நீங்க அப்படில்லாம் சொல்லக்கூடாது. கெஞ்சிக் கேட்டுக்கறேன்" என்று முதலில் கையெடுத்துக் கும்பிட்டார்.

"என்ன சார் இது..." என்று நான் கூறிக்கொண்டிருந்தபோதே காலில் விழுந்து விட்டார்.

பக்கத்தில் அமர்ந்திருந்த கோகிலாவின் அப்பாவை பார்த்தேன். அவர் ஒன்றும் பேசாமல், கீழே குனிந்தபடி கண்ணீர் விட்டுக்கொண்டிருந்தார்.

அழிக்கமுடியாத சாதிய மனோபாவத்தின் சாட்சியாக கண் முன்பு அமர்ந்திருக்கிறார். ஓய்வு பெற்ற நூலகர். ஊரில் 12 ஏக்கர் நிலம் உள்ளது. ஊரில் பெரிய மனுஷனாக, மரியாதையுடன் வலம் வருபவர். நூறு பேர் பார்க்க, இருபத்தேழு வயது இளைஞன் காலில் விழுகிறார்.

இப்போது அவரைப் பார்த்தபொழுது, கோபம் வரவில்லை. பரிதாபமாக இருந்தது.

"இப்ப என்னதான் செய்யணும் சொல்லுங்க" என்றேன்.

"ஊர்ல பெரிய மனுஷனா இருந்துட்டிருக்கேன். எனக்கு மூணு பொண்ணுங்க. முதல் பொண்ணையே ஜாதி மாறி கொடுத்தன்னா, அப்பறம் எவனும் எங்க வீட்டுல பொண்ணெடுக்க மாட்டான். ஊரே, முதுகுக்குப் பின்னாடி காறித் துப்பும். அதுவுமில்லாம,

வேற ஜாதில கொடுக்கறதுக்கு என் மனசும் ஒப்பல. என் கல்யாணத்தன்னைக்கு மட்டும்தான், பெரியவங்க கால்ல விழுந்து கும்பிட்டிருக்கேன். அதுக்குப் பிறகு, எவன் கால்லயும் விழுந்தது கிடையாது. இன்னைக்கு மானம், மரியாதை பாக்காம, உங்க கால்ல விழுந்தத நினைச்சா, சாவுற வரைக்கும் தூக்கமே வராது என்றவர் கண்களைத் துடைத்துக்கொண்டார்.

''சரி அழாதீங்க... நான் யோசிச்சு சொல்றேன்.''

''நல்ல முடிவா சொல்லணும். அடுத்த வாரம் அவளைப் பொண்ணு பாக்க வராங்க''

''பாக்கலாம். நீங்க போயிட்டு வாங்க'' என்று எழுந்தேன்.

''நீங்க மட்டும் என் பொண்ணை விட்டுட்டீங்கன்னா, உங்களை தெய்வமா கும்பிடுவேன்.''

''ம்ஹ்ம்...'' என்று நான் விரக்தியுடன் சிரித்தபடி, ''நான் வர்றேன்'' என்று கையெடுத்துக் கும்பிட்டேன்.

அலுவலகத்தில், எனக்கு வேலையே ஓடவில்லை. காலில் விழுகிறார் என்பதற்காகக் காதலியை விடமுடியுமா? சுமுகமாக பேசிக்கொண்டிருந்தால் எடுபடாது. காலில் விழுகிறவர், எங்களைப் பிரிப்பதற்காக என்ன வேண்டுமானாலும் செய்வார். அதற்கு முன்பு, நாங்கள் பதிவுத் திருமணம் செய்துகொள்வதைத் தவிர வேறு வழியில்லை. கோகிலாவிடம் பேசவேண்டும் என்று முடிவெடுத்துவிட்டு வேலையில் ஆழ்ந்தேன்.

மாலை 4 மணிக்கு என் மொபைல் போன் அடித்தது. எடுத்தேன். கோகிலா...

''சந்துரு...'' என்ற கோகிலா அழுதாள்.

''கோகி...என்னாச்சு...ஏன் அழற?''

''எங்கப்பாகிட்ட காலைல கோபமா ஏதாச்சும் பேசினீங்களா?''

''இல்லையே. என்னாச்சு?''

''காலைல உங்ககிட்ட பேசிட்டு வர்றேன்னு வந்தாரு. வந்ததிலயிருந்து முகமே சரியில்லை. மதியான சாப்பாடும் வேணாம்னுட்டாரு. திண்ணையிலேயே ஈஸிசேர் போட்டு உட்கார்ந்துகிட்டு, அப்பப்ப அழுதுகிட்டிருந்தாரு. யாரு, என்ன கேட்டாலும் பதிலே சொல்லலை. திடீர்னு நெஞ்சு வலிக்குதுன்னாரு. உடம்பெல்லாம் வேர்த்துடிச்சு... அப்படியே மயக்கமாயிட்டாரு. இப்ப திருச்சி ஆஸ்பிட்டல்லதான் கொண்டு வந்து சேர்த்திருக்கோம். ஐசியு-ல இருக்காரு.''

''இப்ப எப்படி இருக்காரு?''

''டாக்டருங்க ஒண்ணும் சொல்லல.''

''ஒண்ணும் ஆயிடாது. எந்த ஹாஸ்பிடல்?'' என்று மருத்துவமனையின் பெயரைத் தெரிந்துகொண்டு, வேகமாகப் புறப்பட்டேன்.

மருத்துவமனை வாசலில் பைக்கை நிறுத்தினேன். ரிஷப்சனில் விசாரித்துக்கொண்டு, வேகமாக ஐசியு - வை நோக்கிச் சென்றேன்.

ஐசியு-விற்கு வெளியே இருந்த சேர்களில், கோகிலாவின் அம்மாவும், இரண்டு தங்கைகளும் அமர்ந்திருந்தனர். கோகிலா எதிரேயிருந்த சுவரில் சாய்ந்து நின்றபடி, மௌனமாகக் கண்ணீர் விட்டுக்கொண்டிருந்தாள்.

என்னைப் பார்த்தவுடன், ''சந்துரு...''என்று ஓடிவந்தாள்.

''காலைல என்ன நடந்துச்சு சந்துரு?''

''அதை விடு... இப்ப எப்படி இருக்காரு?''

''தெரியல. ஊசி போட்டாங்க. டாக்டருங்க எல்லாம் உள்ளதான் இருக்காங்க. என்னாச்சு சந்துரு? எங்கம்மாவும், தங்கச்சிங்களும், உன்னாலதாண்டின்னு சொல்லிட்டு என் கூட பேச மாட்டேங்கறாங்க'' என்ற கோகிலாவின் தோளில் ஆறுதலாகத் தட்டிவிட்டு, கோகிலாவின் அம்மாவை நோக்கிச் சென்றேன்.

என்னைப் பார்த்தவுடன், கோகிலாவின் தங்கைகள், தங்கள் அம்மாவைக் கட்டிப்பிடித்துக்கொண்டு சத்தமாக அழுதனர்.

''அம்மா... சரியாயிடும். கவலைப்படாதீங்க'' என்றேன்.

''நீ இருக்கற வரைக்கும் சரியாகாது. நீ போயிருப்பா. உன்னைப் பாத்துட்டு வந்துதான், இப்படி ஆயிடுச்சு. தயவுசெய்து போயிருப்பா.''

''அம்மா...'' என்று குறுக்கிட்டாள் கோகிலா.

''நீ பேசாதடி. அம்மாக்காரி தாலிய அறுத்துட்டு, உன் கழுத்துல தாலி ஏறணும்னு நினைக்கறவள்ல... நீ பேசாதடி. போ... அவன் கூடவே போயிடு,'' என்று கத்த, சுற்றிலும் வேடிக்கை பார்க்க ஆரம்பித்தனர். கோகிலா சத்தமாக அழுதாள்.

''கோகிலா... நீ இங்க இரு. நான் வெளியே போய் உட்காந்திருக்கேன். டாக்டருங்க பார்த்துட்டு வரட்டும்.'' என்று கூறிவிட்டு வெளியே வந்தேன்.

தளர்வாக நடந்து, ரிஷப்சனைக் கடந்து வந்து, மருத்துவமனை வளாகத்திலேயே இருந்த பூங்கா போன்ற பகுதிக்கு வந்தேன்.

ஒரு மரத்தடியிலிருந்த பெஞ்சில் படுத்துக்கொண்டேன். காலையில், கோகிலாவின் அப்பா என் காலில் விழுந்தபோதே, எனது காதலிலிருந்த உறுதி, பாதி குலைந்து போயிருந்தது. இப்போது முற்றிலும் போய்விட்டது. கடவுளே... ஒருவரை மரணத்தின் வாசலுக்கு கொண்டுவந்து விட்டு, எங்கள் திருமணம் நடைபெறவேண்டுமா?

பி.இ. படித்திருக்கிறேன். ஒரு தனியார் நிறுவனத்தில் 10,000 ரூபாய் சம்பளம் வாங்குகிறேன். சிகரெட், குடிப்பழக்கம் கிடையாது. பொறுப்பாக ஒரு தங்கைக்குக் திருமணம் செய்து வைத்திருக்கிறேன். இக்காலத்துக் காதலர்கள் போல, காதலித்த மூன்றாம் நாளே, மேலே கை வைத்ததில்லை. இரண்டு வருடங்களாகக் காதலித்து வருகிறோம். நான் எத்தனையோ முறை கேட்டும், கோகிலா எனக்கு ஒரு முத்தம் கூடக் கொடுத்ததில்லை. உடல் இச்சைக்காக இல்லாமல், உண்மையாகவே, மனப்பூர்வமாக காதலிக்கும் நாங்கள், கடைசியில் ஒரு பெரியவரின் ஜாதிப்பற்றுக்கு முன்னால் பிரிந்துதான் ஆகவேண்டுமா?

நாங்கள் பிரியவேண்டும் என்று நினைத்தபொழுதே என் கண்கள் கலங்கி விட்டன. கோகிலா பேசிய ஆயிரமாயிரம் வார்த்தைகள், காதுக்குள் ஒலித்தன.

''கல்யாணத்துக்குப் பிறகு, உன் கூட எங்கப் போனாலும், உன் முழங்கையைப் பிடிச்சிட்டேதான் நடந்து வருவேன் சந்துரு.''

''நம்ப கல்யாண ரிசப்ஷனுக்கு ஆர்க்கெஸ்ட்ரால்லாம் வேண்டாம் சந்துரு. வெறும் சத்தம்தான். யாரும் கேட்க மாட்டாங்க.''

கோகிலாவைப்பற்றி நினைத்துக்கொண்டே, கண்களை மூடியபடி படுத்திருந்தேன். காலை யாரோ தொட, கண்களைத் திறந்து பார்த்தேன். நன்கு இருட்டியிருந்தது. காலடியில், கோகிலாதான் அமர்ந்திருந்தாள். விருட்டென்று எழுந்து அமர்ந்தேன்.

''என்னாச்சு கோகிலா?'' என்றேன்.

''அப்பா பொழச்சிட்டாரு.''

''தேங்க் காட்.''

''காலைல என்ன நடந்துச்சு சந்துரு?'' என்றாள். நான் விஷயத்தைக் கூற, கோகிலா அதிர்ந்துபோனாள். ''கடவுளே...''

என்று வாயைப் பொத்திக்கொண்டு அழுதபடி, ''காதலிக்கறது அவ்வளவு பெரிய குத்தமா சந்துரு?'' என்றாள். நான் பதில் ஒன்றும் சொல்லவில்லை.

''சொல்லு... சொல்லு... சொல்லுடா...'' என்ற கோகிலா, என் தோளில் சாய்ந்தபடி சத்தமின்றி கண்ணீர் விட்டாள்.

''இல்ல கோகிலா...''என்ற நான் சுற்றுப்புறம் மறந்து, அவளை இறுக அணைத்துக்கொண்டேன்.

சில நிமிடங்கள் அழுது ஓய்ந்த பிறகு, ''சந்துரு... ஒரு விஷயம் சொல்லணும்'' என்றாள்.

''நீ என்ன சொல்லப் போறேன்று தெரியும் கோகிலா''

''நம்ப... நம்ப... பிரிஞ்சிடலாம் சந்துரு.'' என்ற கோகிலா, சுடிதார்துப்பட்டாவை வாயில் அழுத்தி, அழுகையை அடக்கினாள்.

''நான் அந்த முடிவை முன்னாடியே எடுத்துட்டேன் கோகிலா.'' என்ற எனக்கும் அழுகை வரப் பார்த்தது.

சட்டென்று எழுந்தேன். ''நான் இனிமே இங்க இருந்தா உடைஞ்சிடுவேன் கோகிலா. நான் கிளம்பறேன். ஆல் தி பெஸ்ட்'' என்று கை கொடுத்துவிட்டு, எழுந்து நடக்க ஆரம்பித்தேன்.

''சந்துரு...'' என்று கோகிலா அழைக்க... நின்றேன்.

சில வினாடிகள் என்னை உற்றுப் பார்த்த கோகிலா, அது ஒரு மருத்துவமனை என்பதையும் பொருட்படுத்தாது, வேகமாக பாய்ந்து, என்னை இறுக கட்டிப்பிடித்துக்கொண்டு, ''ஐ லவ் யூ சந்துரு'' என்று கூறியபடி, ஆவேசத்துடன் என் உதடுகளை தன் உதடுகளால் கவ்விக்கொண்டாள். ஒரு உக்கிரமான வேகத்துடன், என் உதடுகளுக்குள் எங்கள் காதலைத் தேடினாள். கண்ணீர் பட்டு, எங்களின் முதல் முத்தம் உப்புக் கரித்தது.

சட்டென்று பிரிந்த நாங்கள், ஒரு வினாடி பார்த்துக்கொண்டிருந்து விட்டு, விலகி, அவரவர்க்கு விதிக்கப்பட்டிருந்த வாழ்க்கையை நோக்கி நடந்தோம்.

-உயிரோசை இணைய இதழ்

11

ஆண்?

சென்னை. அந்த புறநகர் பகுதி இரவு ஒன்பது மணிக்கே நள்ளிரவு போல் அடங்கிவிட்டது. தார் சாலையிலிருந்து திரும்பிஎன் வீட்டுக்குச் செல்லும் சவுக்குக் காட்டுப்பாதையில் இறங்கினேன். இரண்டு பக்கமும் கண்ணுக்கெட்டிய தூரம் வரை அடர்த்தியான சவுக்கு மரங்கள். சவுக்குக் காட்டைத் தாண்டினால் எங்கள் நகர் வரும்.நகர் என்றால் பெரிதாக கற்பனை செய்துகொள்ளவேண்டாம்.ஆங்காங்கே தள்ளி தள்ளி கட்டப்பட்டிருக்கும் 50, 60 வீடுகள் இருக்கும்.அவ்வளவுதான். நகர்ப்புற நடுத்தர வர்க்க சொந்த வீட்டுக் கனவுகள் இது போன்ற காடுகளுக்கு அருகில்தான் சாத்தியமாகின்றன.

காற்றில் சவுக்கு மரங்கள் ‘விய்...விய்’ என்று வீறிடும் சத்தம் வழக்கம் போல் எனக்கு திகிலை கிளப்பியது. அப்போது என் தலையை உரசுவது போல் ஒரு பறவை விசித்திரமான சத்தத்துடன் கடந்து செல்ல எனக்கு பக்கென்று ஆகிவிட்டது.

நான் கொஞ்சம் இல்லை மிகவும் பயந்த சுபாவம். என் அப்பா, நான் ஐந்து வயதாக இருக்கும்போதே இறந்துவிட

என் விதவைத் தாயால் பொத்தி, பொத்தி வளர்க்கப்பட்டவன். எனக்கு 27 வயதாகிறது. வீட்டில் திருமணத்திற்கு பெண் பார்த்துக்கொண்டிருக்கிறார்கள். ஆனால் இந்த வயதிலும் டிவியில் படங்கள் பார்க்கும்போது திகில் காட்சிகள் வந்தால் கண்களை மூடிக்கொள்வேன். எங்கோ மும்பை ரயிலில் குண்டு வெடித்தால், இங்கு சென்னையில் ஒரு மாதத்திற்கு எலக்ட்ரிக் ரயில் ஏறமாட்டேன். பஸ்சிலும் சீட்டுக்குக் கீழ் வெடிகுண்டு இருக்கிறதா என்று பார்த்துவிட்டுதான் உட்காருவேன். பைக்கில் பின்னால் உட்கார்ந்து செல்லக் கூடப் பயப்படுவேன். அப்படியென்றால் முன்னால் உட்கார்ந்து ஓட்டுவேனா என்று கேட்டால், எனது பதில்: எனக்கு பைக் ஓட்டவே தெரியாது. மொத்தத்தில் நான் ஒரு துளியும் நெஞ்சுரம் இல்லாத, பரிபூரணமான நூறு சதவீத கோழை.

சிறுநீர் கழிப்பதற்காக இருட்டான ஓரத்தில் ஒதுங்கினேன். திடீரென்று கார் வெளிச்சம் அடிக்க திரும்பிப் பார்த்தேன். அந்த வெள்ளை ஆம்னி வேன் என்னைக் கடந்து சென்றது. உள்ளே ராஜா தன் நண்பர்களுடன் குடித்தபடி அமர்ந்திருந்தான். அவர்கள் யாரும் என்னை பார்க்கவே இல்லை.ராஜா எங்கள் ஏரியாவின் பிரபல ரௌடி.

அப்போதுதான் கவனித்தேன்.தொலைவில் ஒரு பெண் மட்டும் தனியாக நடந்து சென்றுகொண்டிருந்தாள்.அவளைத் தாண்டிச் சென்ற மாருதி வேன் ஒரு வினாடி தயங்கி சட்டென்று நிற்க... எனக்கு பகீரென்றது. ராஜாவின் ஆட்கள் வேகமாக வேனிலிருந்து இறங்கினர். நான் சற்றும் எதிர்பாராதவிதமாக பத்தே வினாடிகளுக்குள் அவர்கள் அந்தப் பெண்ணை இழுத்து காருக்குள் போட்டது, மௌனப் படக் காட்சி போல் தெரிய, எனக்கு வெலவெலத்துப் போய்விட்டது.

அந்தப் பெண் பின் கண்ணாடி வழியாக என்னைப் பார்த்துவிட்டு நானிருந்த திசையை நோக்கி. 'ஹெல்ப் ஹெல்ப்'' என்று கத்தினாள். அவர்கள் திரும்பிப் பார்க்க நான் சட்டென்று ஒரு சவுக்கு மரத்தின் பின்னால் ஒளிந்துகொண்டேன்.வேன் வேகமாக சீறிப் பாய்ந்து சவுக்கு காட்டினுள் நுழைந்தது.காரின் விளக்கொளியும், ''ஹெல்ப் ஹெல்ப்'' என்ற அந்த பெண்ணின் அலறலும் மெல்லத் தேய்ந்து மறைந்தது.

நான் வேகமாகப் பாக்கெட்டிலிருந்து மொபைலை எடுத்தேன். அடுத்த கணமே ராஜாவைப் பற்றி நினைக்க என் வேகம்

குறைந்தது. அந்த ராஜா, கோர்ட்டில் தனக்கு எதிராக சாட்சி சொன்னவனை கோர்ட் வளாகத்திலேயேவெட்டிக் கொன்றவன். இப்போது ஜாமீனில் இருக்கிறான். நான்தான் போலீசுக்குச் சொன்னேன் என்று தெரிந்தால் என்னை சும்மா விடுவானா? கடவுளே இப்போது என்ன செய்வது?

பிரதான சாலைக்குச் சென்றால் அங்கு ஒரு பிசிஓ உள்ளது. அங்கிருந்து போன் பண்ணினாலும் அந்தக் கடைக்காரன் மூலமாக என்னை போலீஸ் கண்டுபிடித்து வந்துவிடும். பின்னர் அது ராஜாவுக்கும் தெரிந்தால் அவ்வளவுதான். நினைக்க நினைக்க பயத்தில் எனக்கு வேர்த்துக் கொட்டியது. பாதையில் வேறு யாராவது வருகிறார்களா என்று பார்த்தேன். ஒருவரும் கண்ணில் தென்படவில்லை. ஒன்றும் புரியாமல் ஏறத்தாழ இரண்டு கிலோமீட்டர் தள்ளியிருந்த எனது வீட்டை நோக்கி ஓடினேன்.

கதவைத் திறந்த அம்மாவிடம், பதட்டத்துடன் விஷயத்தைக் கூறினேன். சட்டென்று அம்மா கதவை சாத்திவிட்டு, ''யாருக்கும் சொல்லலையே'' என்றாள்.

''இல்லம்மா''

''நல்ல காரியம் பண்ணின. ராஜாவப் பத்தி தெரியும்ல்ல?''

''தெரியும்மா. அதனாலதான் என்ன பண்றதுன்னு புரியல''

''நீ ஒண்ணும் பண்ணவேண்டாம். பேசாம உட்காரு''

''என்னம்மா சொல்ற நீ? போய் பக்கத்துல யாரையாச்சும் கூப்டுகிட்டு போகலாம்.''

''அதெல்லாம் ஒண்ணும் வேணாம். தேவையில்லாத பிரச்னை'' என்ற அம்மா சுவரில் இருந்த சாமி படத்தை நோக்கி, ''பகவானே யாரையாச்சும் அனுப்பி அந்தப் பொண்ண காப்பாத்துப்பா'' என்று கையெடுத்துக் கும்பிட்டாள். நான் வேகமாக, ''அம்மா அவளக் காப்பாத்துறது நம்ம கைல இருக்கும்மா'' என்றுவேகமாக வீட்டு வாசலை நோக்கி நடந்தேன்.

''டேய் நீதான் ஆளக் கூட்டிகிட்டு வந்தன்னு தெரிஞ்சுது, உன்னை சும்மா விடமாட்டானுங்க. நீ பேசாம இருடா'' என்று அம்மா சொன்னதில் உள்ள நியாயம் புரிய... நான் மௌனமானேன்.

அந்தப் பெண் சவுக்குத் தோப்பில் வேகமாக ஓட... ராஜாவின் ஆட்கள் அவளைத் துரத்திக்கொண்டிருந்தனர். அவள் 'ஹெல்ப்...

ஹெல்ப்'' என்று அலறியபடி என்னை நோக்கி ஓடி வருகிறாள். நான் கண்டுகொள்ளாமல் திரும்பி ஓடுகிறேன். சில வினாடிகளில் ''அய்யோ... என்னை விடுங்கடா'' என்று அந்தப் பெண் அலறும் சத்தம் கேட்க... நான் 'அம்மா'' என்று கத்தியபடி விழித்தேன்.

''என்னாச்சு செல்வம்?'' என்று அம்மா பதட்டத்துடன் எழுந்து வந்தாள். நான் பதில் ஒன்றும் சொல்லாமல் வியர்த்துப்போயிருந்த முகத்தைத் துடைத்துக்கொண்டேன்.

''கனவு கண்டியா?அதையே நினைச்சுகிட்டு படுத்திருப்ப. நீ ஏன் போட்டு அலட்டிக்குற?தினம் ஊருல நூறு குத்தம் நடக்குது. அதையெல்லாம் நம்மால தடுக்கமுடியுமா?''

''ஆனா இதை நான் நினைச்சா தடுத்திருக்கலாம்மா''

''நீ என்ன சினிமா ஹீரோவா தடுக்கிறதுக்கு?'' என்ற அம்மா சாமி படத்திற்கு முன் இருந்த விபூதியை எடுத்து என் நெற்றியில் பூசிவிட்டு, ''பேசாமப்படு'' என்றாள். ஆனால் விடியும் வரையிலும் எனக்குப் பொட்டுத் தூக்கம் கூட வரவில்லை.

காலை ஏழு மணிக்கு மேல் செய்தித்தாள் வர ... வேகமாக புரட்டிப் பார்த்தேன்.ஒரு செய்தியும் இல்லை. டிவியைப் போட்டேன்.ஒரு நியூஸ் சேனலில், அந்த சவுக்கு காட்டிற்கு முன்னால் கையில் மைக்குடன் பேசிக்கொண்டிருந்த டிவி நிருபரை பார்த்தவுடன் எனக்குத் திக்கென்றது.

''இதுதான் சம்பவம் நடந்த அந்த சவுக்குக் காடு. நேத்து இரவு ஒன்பது மணிக்கு மேல அந்தப் பொண்ணஇங்கதான்பாலியல் பலாத்காரம் பண்ணியிருக்காங்க. அந்த பொண்ணோட பெற்றோர் ராத்திரி பன்னிரெண்டு மணிக்கு மேலதான் போலீஸ் கம்ப்ளெய்ண்ட் கொடுத்திருக்காங்க. போலீஸ் சந்தேகப்பட்டு இந்த காட்டுக்குள்ள வந்து தேடினப்ப, அந்தப் பொண்ணு உயிருக்கு ஆபத்தான நிலைல இருந்திருக்காங்க''

டிவி திரையின் உள் கட்டத்தில் ஸ்டுடியோவில் அமர்ந்திருந்த செய்தி வாசிப்பாளர், ''ஒரு நிமிஷம் மருத்துவமனைல இருந்து நம்ம நிருபர் லாவண்யா தொடர்புகொள்றாங்க'' என்று கூற... டிவியில் காட்சிகள் மாறின.

அந்த மருத்துவமனை கேட் அருகில், ஒரு காவல்துறை அதிகாரியைச் சுற்றி ஏராளமானவர்கள், டிவி கேமிராக்களுடன் சூழ்ந்திருந்தார்கள். அவர் என்ன பேசுகிறார் என்றே புரியாமல்

ஒரே சத்தம். ஒரு மூத்த நிருபர் பின்னால் திரும்பிப் பார்த்து, ''அமைதியா இருங்கப்பா. நீங்களே பேசிட்டிருந்தா எப்படி?'' என்று கண்டிக்க அங்கு அமைதி நிலவியது.

அந்தக் காவல் அதிகாரி, ''ஸ்டில் ஷி இஸ் இன் கிரிட்டிகல் கண்டிஷன்.நினைவு தெளிஞ்சு, ரெண்டு நிமிஷம் பேசினாங்க. அப்புறம் மறுபடியும் மயக்கமாயிட்டாங்க'' என்றார்.

''அவங்க என்ன சார் சொன்னாங்க?''

''குற்றவாளிகள் யாருன்னு அடையாளம் தெரிஞ்சுடுச்சு. இந்த ஏரியாவுல பிரபலமான ரவுடி. ஆள் யாருன்னு இப்ப சொல்லமுடியாது. அரெஸ்ட் ஆனவுடனே உங்களுக்குத் தெரியும். அப்புறம் அந்தப் பொண்ணு இன்னொரு முக்கியமான விஷயம் சொன்னாங்க'' என்றவுடன் நான் பின்னால் நின்றுகொண்டிருந்த அம்மாவின் முகத்தைப் பார்த்தேன்.

''இந்தப் பொண்ண தூக்கிட்டுப் போறப்ப ஒரு இளைஞர் அதைப் பாத்திருக்காரு. அவரைப் பாத்து இவங்க ஹெல்ப் ஹெல்ப்ன்னு கத்தியிருக்காங்க. ஆனா அவரு எந்த நடவடிக்கையும் எடுத்த மாதிரி தெரியல. அவரு எங்களுக்கு உடனே இன்ஃபார்ம் பண்ணியிருந்தா, எந்த ஆபத்தும் இல்லாம இந்தப் பொண்ணக் காப்பாத்தியிருக்கலாம். கண்ணுக்கு முன்னாடி நடக்கிற அநியாயத்தை நேர்ல பாத்தும், எல்லாரும் இப்படி போயிட்டா எப்படிக் குற்றங்களைத் தடுக்கமுடியும்'' என்று அவர் பேசிக் கொண்டிருக்கும்போதே அம்மா சட்டென்று டிவியை நிறுத்தினாள்.

நான் அம்மாவிடம் ஒன்றும் பேசவில்லை. மனதில் குற்ற உணர்வு ஒரு பாறாங்கல் போல் அழுத்த... எனக்கு அழுகை வருவது போல் இருந்தது. அந்தப் பெண் என்னைப் பார்த்தவுடன், எவ்வளவு நம்பிக்கையுடன் குரல் எழுப்பியிருப்பாள். நான் மட்டும் சற்றுத் துணிச்சலாகச் செயல்பட்டிருந்தால் இந்தப் பெண்ணின் வாழ்வு இப்படி சீரழிந்திருக்காது. நினைக்க, நினைக்க என் மீதே எனக்கு வெறுப்பாக இருந்தது. அன்று முழுவதும் நான் பைத்தியம் பிடித்தது போல் அந்த சவுக்குக் காடு இருந்த திசை யையே வெறித்துப் பார்த்துக்கொண்டிருந்தேன்.

மாலை நான் டிவியைப் போட்டவுடன் அம்மா, ''உனக்கு வேற வேலை இல்லையா? டிவிய நிறுத்து'' என்றாள்.

''அந்தப் பொண்ணு அபாயக் கட்டத்த இன்னும் தாண்டலன்னு காலைல சொன்னாங்க. இப்ப என்னாச்சுன்னு பாக்கணும்'' என்றபடி டிவியைப் பார்த்தேன்.

செய்தியில், ''நேற்றிரவு சென்னைப் புறநகரில் பாலியல் பலாத்காரம் செய்யப்பட்டு, மருத்துவமனையில் அனுமதிக்கப் பட்டுள்ள பெண் இன்னும் உயிருக்கு ஆபத்தான நிலையில் இருப்பதாக மருத்துவர்கள் தெரிவிக்கின்றனர்'' என்று கூறியவுடன் நான் வேதனையுடன் வேறு சேனலுக்கு மாற்றினேன். அதில் ''குற்றங்கள் அதிகரிக்க காரணம் மக்களின் கோழைத்தனமா?" என்ற தலைப்பில் விவாதம் நடந்து கொண்டிருந்தது.

ஒரு சமூக ஆர்வலர் பெண்மணி, ''நான் அடிக்கடி சொல்லுவேன். இந்த சமூகத்தோட கோழைத்தனம்தான், குற்றவாளிகளை உருவாக்குது. ஒரு பையன் முத முதல்ல பஸ்சுல ஒரு பொண்ண இடிக்கிறப்பவே, நாலு பேரு சேர்ந்து அவனைப் போலீஸ்ல பிடிச்சுக் கொடுத்தா, அவனுக்கு ஒரு பயம் வரும். ஆனா யாரும் அதைத் தட்டிக் கேக்குறதில்ல. நமக்கு ஏன் வம்புங்கிற அந்த மனோபாவம் கொஞ்சம் கொஞ்சமா வளர்ந்து, இன்னைக்கி கண்ணு முன்னாடி ஒரு பொண்ணத் தூக்கிட்டுப் போறப்ப கூட ஒருத்தர் கண்டுக்காம போயிருக்காரு. இட்ஸ் எ க்ரேட் ஷேம் டு அவர் சொஸைட்டி. நம்ம நாட்டு ஆண்கள், தங்களோட வீரத்தை பொண்டாட்டி, பிள்ளைகிட்டதான் காமிப்பாங்க'' என்றார்.

''பொது விஷயங்களுக்காகக் கூட தனது உயிரப் பத்தி கவலைப்படாம, பல போராட்டங்கள்ல ஈடுபட்ட நம்ம சமூகம் ஏன் இப்படி மாறுச்சு?'' என்று டிவி நிகழ்ச்சித் தொகுப்பாளர் விவாதக் குழுவில் இருந்த எழுத்தாளரிடம் கேட்டார்.

''ரொம்ப சிம்பிள். இந்த கார்ப்பரேட் நுகர்வோர் கலாச்சார சமூகம், முற்றிலும் சுயநலமான ஒரு தலைமுறையை உருவாக்கி யிருக்கு. எல்லாரும் நம்ம மட்டும் நல்லா இருந்தா போதும்னு நினைக்கிறாங்க. முழுக்க முழுக்க சுயநலமாக மாறிவிட்ட ஒரு சமூகத்தோட பிரதிபலிப்புதான் அந்த இளைஞன். ஒரு பெண்ணோட அவலக்குரல் கேக்குறப்ப, எப்படி அந்த இளைஞனால எந்த ஒரு உறுத்தலும் இல்லாம போகமுடியும்னு என்னால கற்பனைப் பண்ணிக் கூட பாக்கமுடியல'' என்று அவர் கூறிக்கொண்டிருக்கும்போதே அம்மா டிவியை நிறுத்தினார்.

''டிவிய போடும்மா. எல்லாரும் என்னைக் காறித் துப்புறத பாக்கணும்''

''அவனுங்க கிடக்கறானுங்க. நாளைக்கு ராஜாவோட ஆளுங்க உன்னை வெட்ட வந்தா, அவங்களா காப்பாத்துவாங்க'' என்றாள் அம்மா.

என் மனம் குற்ற உணர்வில் குறுகுறுத்துக்கொண்டே இருந்தது. வாழ்நாள் முழுவதும் என்னைத் தொடரப்போகும் குற்ற உணர்வு இது. இறக்கும் வரையிலும், எனது இரவுகளை கண்ணீரால் நனைக்கப்போகும் குற்ற உணர்வு இது. இதிலிருந்து, எப்படி எப்போது மீள முடியும் என்று எனக்குப் புரியவில்லை. என்னை அறியாமல் என் கண்களிலிருந்து கண்ணீர் வழிந்தது.

''ஏன்டா அழுவுற?'' என்று என் அருகில் வந்த அம்மா என்னை யோசனையோடு சில நிமிடங்கள் பார்த்துக்கொண்டிருந்தாள். சட்டென்று ஒரு முடிவோடு''நீ இங்கயே இருந்தா, மனசு கஷ்டமாதான் இருக்கும். பேசாம நாகப்பட்டினம் மாமா வீட்டுல போய் கொஞ்ச நாள் இருந்துட்டு வா'' என்றாள்.

''நாகப்பட்டினம் வேண்டாம்மா. அங்க போனாலும் இந்த நியூஸ் என்னைத் துரத்திகிட்டேயிருக்கும். எங்கயாச்சும் நார்த் இன்டியா பக்கம் போயிட்டு வர்றேன்'' என்றேன்.

காசி. கங்கை நதிக் கரையோர, தசாஸ்வமேத படித்துறையில் கங்கா ஆரத்தி பூஜை நடந்துகொண்டிருந்தது... ஆரஞ்சு நிற உடை உடுத்தியிருந்த பூசாரிகள் படிக்கட்டில் சிறு மேடையில் இருந்த கங்கா மாதாவுக்கு பூஜை செய்துகொண்டிருந்தனர். படிகளில் நெருக்கியடித்துக்கொண்டு ஏராளமான பக்தர் கூட்டம் நான் நிற்பதற்கே சிரமப்பட்டுக் கொண்டு நின்றேன்.

சென்னையை விட்டு வந்து ஏறத்தாழ ஒரு மாத காலமாகிறது. இடையில் அம்மா போன் செய்து ''அந்தப் பெண் உயிர் பிழைத்துவிட்டாள். ராஜாவைக் கைது செய்துவிட்டார்கள்'' என்று தெரிவித்தபோதும் என்னுள் எந்த மாற்றமும் இல்லை. இந்த ஒரு மாத காலத்தில் ஹரித்துவாரில் சிவனுக்கு காவடி எடுத்தபோதும், தினமும் இரண்டு வேளையும் கங்கையில் மூழ்கிக் குளித்தபோதும் அந்த 'ஹெல்ப்...'' என்ற குரல் என்னைத் துரத்திக்கொண்டேயிருந்தது. கடந்த ஒரு மாதத்தில், நான் ஒரு நாள் இரவு கூட, ஒரு மணி நேரம் சேர்ந்தாற்போல் தூங்கியதில்லை. உலகிலுள்ள அத்தனைக் கடவுள்களும் ஒன்று சேர்ந்து என்னை மன்னித்தாலும் அழிக்கமுடியாத பாவச்சுமை அது.

பூஜையின் இறுதியில் பூசாரிகள் அனைவரும் சேர்ந்தாற்போல், திகுதிகுவென்று எரியும் அடுக்கு விளக்குகளால் கங்கா மாதாவுக்கு ஆரத்தி எடுத்து, கங்கையை நோக்கி காண்பித்தனர். அப்போது 'கங்கா மாதாகீ ஜே' என்று உரக்க கூறிய அத்தனை ஜனங்களின் குரல்களுக்கு நடுவிலும் ''ஹெல்ப்... ஹெல்ப்...'' என்ற அந்த

பெண்ணின் குரல் என் காதில் தெளிவாகக் கேட்டது.மனம் முழுக்க ததும்பி வழியும் வேதனையுடன் ஆரத்தி தீபத்தை பார்க்க பார்க்க திடீரென்று மின்னல் போல் அந்த யோசனை தோன்றியது. உடனே மனதிலிருந்த அத்தனை பாரமும் இறங்கியது போல் இருந்தது.

சென்னை. காவல் நிலையத்தில், நான் அப்பெண்ணை சந்திக்கும் நோக்கத்தைச் சொன்னவுடன் முகவரியைக் கொடுத்தார்கள்.

நான் காலிங் பெல்லை அடித்தவுடன் வந்து கதவைத் திறந்தவர், ஐம்பது வயதுக்கு அருகில் இருந்தார். முகத்தில் வெறுமை கண்களில் கேள்வியுடன் என்னைப் பார்த்தார்.

''என் பேரு செல்வம். இன்ஸ்பெக்டர்தான் அனுப்பினாரு. உங்க பொண்ணுகிட்ட ஒரு விஷயம் பேசணும். உள்ள வந்து பேசலாமா?'' என்றேன்.

''ம்... வாங்க'' என்று தயக்கத்துடன் உள்ளே அழைத்தவர், ''அவ இந்த கேஸ் விஷயமா போலீச சந்திக்கிறதோட சரி. வேற யாரையும் பார்க்க அவ பிரியப்படல'' என்றார்.

''இதுவும் அந்த கேஸ் விஷயமாதான் சார். ப்ளீஸ் வரச் சொல்லுங்க.''

அவர், ''மாளவிகா'' என்று பக்கவாட்டிலிருந்த அறையை நோக்கிக் குரல் கொடுத்தார். நான் படபடப்புடன் அறை வாசலையே பார்த்துக்கொண்டிருந்தேன். மெல்ல திரை அசைந்து அந்தப் பெண் வெளியே வர... என் மனதில் ஓராயிரம் புயல்கள் ஒன்று சேர்ந்து வீசியது.

ஒல்லியான தேகம். பல நாட்களாகத் தூக்கமின்றி கண்களுக்கு கீழ் கருவளைங்கள்.முகத்தில் நிரந்தரமாகப் படிந்துவிட்ட தீரா சோகம்.முகத்தில் எந்த உணர்ச்சியையும் காண்பிக்காமல் சுவரில் சாய்ந்து ஒரு இயந்திரம் போல் நின்றுகொண்டாள்.அவள் முகத்தை பார்க்க... பார்க்க, என்னால் தாங்க முடியவில்லை.நான் தலையைக் குனிந்துகொள்ள என் கண்களிலிருந்து கண்ணீர் வழிந்து கீழே சொட்டியது.

''யாருப்பா நீ?'' என்றார் மாளவிகாவின் தந்தை குழப்பத்துடன்.

''சார்...'' என்று தயங்கிய நான் சமாளித்துக்கொண்டு, ''அன்னைக்கு உங்க பொண்ண தூக்கிட்டுப் போறப்ப ஒரு ஆள் பாத்தான்னு சொன்னாங்கள்ல... அது நான்தான்'' என்று கூறிவிட்டு மாளவிகாவின் முகத்தைப் பார்த்தேன்.இதைக் கேட்ட பிறகும்

கூட, அந்தப் பெண் எந்த உணர்ச்சியையும் காட்டாமல் என்னைப் பார்த்துக்கொண்டிருந்தாள். கண்களில் மட்டும் ஒரு சிறிய மாற்றம்.

சட்டென்று உணர்ச்சி வசப்பட்ட மாளவிகாவின் தந்தை, ''மகா பாவி... ஒரு சத்தம் கொடுத்திருந்தா அன்னைக்கு என் மவளக் காப்பாத்தியிருக்கலாமேடா'' என்றபடி என் கழுத்து சட்டைக் காலரைப் பிடித்து உலுக்கினார். அதைத் தடுக்க நான் எந்த முயற்சியும் எடுக்கவில்லை.

''இப்ப எதுக்கு இங்க வந்துருக்க?'' என்றார் ஆத்திரத்துடன்.

''உங்க பொண்ணுக்கு சம்மதம்ன்னா...'' என்று ஒரு வினாடி மாளவிகாவைப் பார்த்த நான், ''உங்கப் பொண்ண நான் கல்யாணம் பண்ணிக்கிறேன் சார்'' என்றவுடன் அவருக்கு என்ன சொல்வது என்றே புரியவில்லை. ஒரு வினாடி அதிர்ந்தவர், பிறகு குழப்பத்துடன் தன் மகளைப் பார்த்தார்.

இப்போதும் அவள் எவ்வித உணர்ச்சியையும் காட்டாமல் என்னை ஒரு இயந்திரம் போலத்தான் பார்த்துக்கொண்டிருந்தாள்.

இரண்டு நிமிடங்கள் கழித்தும் அவள் தன் பார்வையை விலக்கவில்லை. அவள் பார்வையில் ஆயிரமாயிரம் கேள்விகள். இந்த உலகில் ஆண்களால் வஞ்சிக்கப்பட்ட அனைத்துப் பெண்களும் ஒன்று சேர்ந்து என்னை உக்கிரத்துடன் பார்ப்பது போல் இருந்தது. நான் தாள முடியாமல் தலையைக் குனிந்து கொண்டேன். சில வினாடிகளில் கீழே நிழலாட... நிமிர்ந்தேன். மாளவிகா மிகவும் சோர்வான குரலில் பேச ஆரம்பித்தாள்.

''என்னைக் கல்யாணம் பண்ணிகிட்டா உங்க, குற்ற உணர்வு வேணும்னா குறையலாம். ஆனா எனக்கு நடந்தது எதையுமே மாத்தமுடியாது. உங்களுக்கு வேணும்ன்னா அது பிராயச்சித்தமா இருக்கலாம். ஆனா எனக்கு அது தண்டனை. காலம் முழுசும் உங்க கூட வாழறத நினைச்சாலே எனக்கு அருவருப்பா இருக்கு. நீங்க போகலாம்'' என்றாள்.

- தினமணிக் கதிர்
அக்டோபர் 4,2015

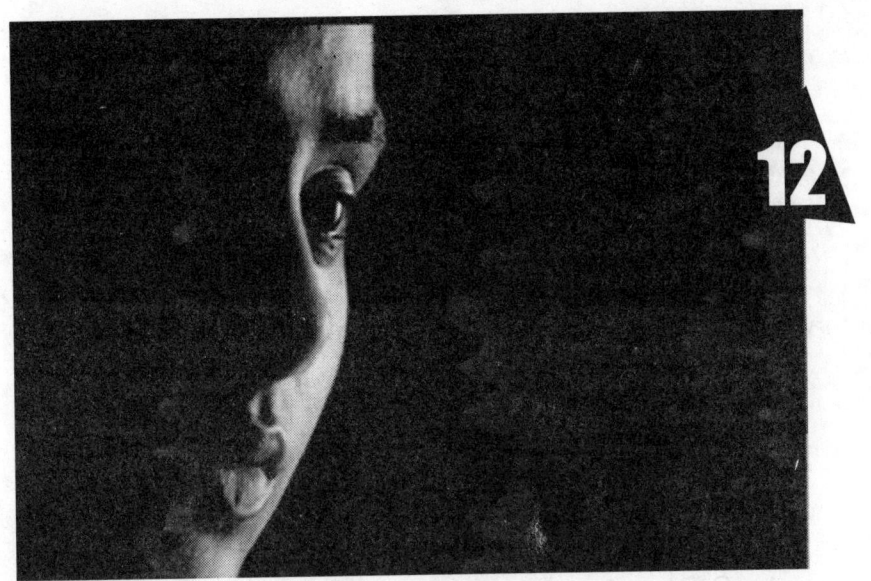

12

பொன்னி

அந்த கிராமம் அப்போதுதான் விடிந்திருந்தது. போன போகத்தில், மொத்த நெல்லும் மழையின்றி கருகியும், ஏதோ ஒரு நம்பிக்கையில், ஏர் மாட்டுடன் வயலுக்குச் சென்றுகொண்டிருந்தார்கள். மைக்கில் ஒரு பெண், ''தங்கக் குடமெடுத்துத் தாமரைக்குத் தண்ணி கட்டி, தாமரை தழைக்கலியே...'' என்று பாடிக்கொண்டிருந்த ஒப்பாரி காற்றில் அலைந்துகொண்டிருந்தது. பக்கத்து டவுனில், இந்த காலத்திலும், 'நாடோடி மன்னன்', நாலாவது வாரமாக ஓடிக்கொண்டிருப்பதாக போஸ்டர்.

அந்த கிராமத்தின் பழமைக்கும், மந்தமான இயக்கத்திற்கும் பொருத்தமின்றி, ஊரின் நடுவில் பிரமாண்டமாக இருந்தது அந்த கல்லூரியும், ஹாஸ்டலும்.

புழுதியைப் பரப்பிக்கொண்டு, ஹாரன் சத்தத்துடன் வந்து நின்றது அந்த மினி பஸ். தனது தந்தையுடன் பஸ்ஸிலிருந்து இறங்கினாள் பொன்னி. பொன்னி ஒரு பழைய, சாயம் போன சுடிதார் அணிந்திருந்தாள். அது ஒரு காலத்தில் நீல நிறத்தில் இருந்ததற்கான அறிகுறிகள் சுடிதாரில் தெரிந்தது. ஊரில் அம்மா, வாத்தியார் பெண்ணிடம் வாங்கி கொடுத்த பழைய சுடிதார்.

அந்த மகளிர் கல்லூரி, அந்தப் பகுதியில் புகழ்மிக்க கல்லூரி. ஒரு தனியார் அறக்கட்டளைக்கு சொந்தமானது. விடுதி வசதியுடன் இணைந்தது. விடுதி கட்டணம், மாதம் இரண்டாயிரம் ரூபாய். இருப்பினும் ஒரு சேவையாக, நன்கு படிக்கும் 100 ஏழை மாணவிகளுக்கு இலவச கல்வியும், இலவச தங்குமிட வசதியும் அளித்துவந்தனர்.

பொன்னியுடன் பிறந்தவர்கள், மூன்று பேர். பொன்னியின் அப்பா பார்க்கும் கூலி வேலையில், பெண்ணை கல்லூரியில் படிக்க வைப்பதையெல்லாம் நினைத்துக் கூடப பார்க்கமுடியாது. பொன்னி மட்டும் ஓரளவு படிப்பாள். எனவே அறக்கட்டளை உறுப்பினர் ஒருவரைப் பிடித்து, பொன்னியை இலவச விடுதியில் சேர்த்துவிட்டார் அப்பா. பிகாம்.

அந்தக் கல்லூரி வளாகத்தினுள் நுழைந்து, பெரிய, பெரிய கட்டிடங்களைப் பார்த்த பொன்னிக்கு, பயமாக இருந்தது. அவள் ஊரில் படித்த பள்ளி, ஒரே ஒரு நீண்ட ஓட்டுக் கட்டிடம்தான். இது என்னவென்றால், நான்கைந்து மாடிகளில், பெரிது, பெரிதாக இருந்தது.

இலவச மாணவியர் விடுதி தனியாக இருந்தது. புதிதாக வந்திருந்த மாணவிகளை, ஒரு சிறிய ஹாலில் தனியாக உட்கார வைத்தனர். ''பேரண்ட்ஸெல்லாம் கிளம்புங்க. இனிமே நாங்க பாத்துக்குவோம்... என்று வார்டன் கூற, அப்பா புறப்பட்டார்.

''அப்ப நான் கெளம்பட்டுமா கண்ணு?''

பொன்னிக்குப் பேச்சு வராமல், கண்ணீர் முட்டிக்கொண்டு வந்தது.

''அழக்கூடாது... இவ்வளவு பேரு படிக்கிறாங்கள்ல...''

''சரிப்பா...''

''வாரா வாரம் தவறாம கடுதாசி எழுது. நல்லா படி கண்ணு. நான் கிளம்பறேன்'' என்ற அப்பா துண்டால் முகத்தைத் துடைத்துக்கொண்டு திரும்பி நடந்தார். பொன்னி மீண்டும் அந்த ஹாலிற்கு வந்து அமர்ந்துகொண்டாள். அருகில் உட்கார்ந்திருந்த மாணவிகளும், அவளைப் போலவே, பஞ்சத்தில் அடிபட்டவர்கள் போல இருந்தனர். கொஞ்சம் பெரிய மாணவிகளாகத் தெரிந்தவர்கள் மட்டும் பேசிக்கொண்டிருந்தனர்.

வார்டன் நுழைந்தவுடன், ''சைலன்ஸ்...'' என்று கத்தியவுடன் அந்த இடம், சட்டென்று அமைதியானது.

"புதுசா சேர்ந்தவங்க எல்லாம் எழுந்திரிச்சு, அவங்கவங்க பேரையும், ஊரையும் சொல்லுங்க."

ஒவ்வொருவராக எழுந்து கூற... பொன்னியும் சொல்லிவிட்டு, உட்கார்ந்துகொண்டாள். பிறகு வார்டன் பேச ஆரம்பித்தார்.

"இந்த இலவச ஹாஸ்டல, ஒரு சேவை மனப்பான்மையோட ஃப்ரீயா நடத்துறோம். பணம் கட்டுற ஹாஸ்டல்ல, ஆயிரம் பேரு இருக்காங்க. டெய்லி, காலைல 6 மணிக்கு ஸ்டடி டைம். பணம் கட்டி படிக்கிறவங்க எல்லாம், அஞ்சு மணிக்கு எழுந்திரிச்சு, குளிச்சு முடிச்சுட்டு, 6 மணிக்கு படிக்க வருவாங்க. ஆனா நீங்கள்லாம், நாலு மணிக்கே எழுந்திரிச்சு, கொஞ்சம் வேலை செய்யவேண்டியிருக்கும். நான் முந்தின நாளே, குரூப் குரூப்பா பிரிச்சு, மறுநாள், இன்னின்னாருக்கு இன்ன வேலைன்னு சொல்லிடுவேன். கொஞ்ச பேரு, ஸ்டடி ஹாலை பெருக்கணும். கொஞ்ச பேரு, கிச்சனுக்கு போயி, சமையல்ல ஹெல்ப் பண்ணணும். அப்புறம், எல்லாரும் படிக்க வந்தவுடனே, அவங்க ரூமையெல்லாம் பெருக்கிட்டு, ஆறரை மணிக்கு நீங்க படிக்க வந்துடணும். அதே மாதிரி, சாயங்காலம் 6 மணிக்கு ஸ்டடி டைம். எட்டு மணிக்கு, அவங்கள்லாம சாப்பிடப் போனவுடனே, நீங்க மறுபடியும் ரூமெல்லாம் பெருக்கிட்டுதான்சாப்பிடப் போகணும். புரியுதா? அமுதா... இவங்களுக்கெல்லாம் இடம் அலாட் பண்ணு..." என்று பெரிய பெண்ணாகத் தெரிந்த ஒருவளிடம் சொல்லிவிட்டு எழுந்தார் வார்டன்.

அவர் சொன்னதையெல்லாம் கேட்ட பொன்னிக்குத் திகிலாக இருந்தது. அந்த ஹாலிலேயே, அனைவரும் சுவர் ஓரமாக தங்கள் பெட்டியை வைத்துக்கொண்டனர். இரவுகளில் அதற்கு நேரே படுக்கையை விரித்துப் படுத்துக்கொள்ளவேண்டும். அமுதா தனது பெட்டிக்குப் பக்கத்திலேயே, பொன்னியின் பெட்டியை வைக்கச் சொன்னாள்.

மறுநாள் காலை 4 மணி. அமுதா, பொன்னியை எழுப்பி விட, "கொஞ்ச நேரம்..." என்று கூறிவிட்டு திரும்பிப் படுத்துக்கொண்டாள்.. "ஏய்... மணி நாலாயிடுச்சு. எழுந்திருடி.." என்று வார்டன் மூங்கில் குச்சியால், அவள் தலைமாட்டிலிருந்த ட்ரங்கு பெட்டியின் மேல் தடாரென்று அடிக்க... வாரி சுருட்டிக்கொண்டு எழுந்தாள் பொன்னி.

"இன்னக்கி நமக்கு சப்பாத்தி போடுற ட்யூட்டி பொன்னி... ஆறுமணிக்குள்ள சப்பாத்தி போட்டுட்டு, ஸ்டடி ஹாலுக்கு

வரணும்... வா... போய், குளிச்சிட்டு வந்துடலாம்....'' என்று அமுதா கூற, தூக்கக் கலக்கத்துடன் எழுந்தாள் பொன்னி.

விடுதி சமையலறை. தலைமை சமையற்காரர் போலத் தெரிந்தவர், கும்பலாக வந்த ஐம்பது பேரையும் பாத்தவுடன், ''சீக்கிரம் வேலையை ஆரம்பிங்க. மொத்தம் ஆயிரம் பேருக்கு, ஐயாயிரம் சப்பாத்தி போடணும். ஆளுக்கு நூறு போடணும். கிடுகிடுன்னு ஆரம்பிங்க.'' என்று கூற, பழைய மாணவிகள், வேகமாக, சப்பாத்திக் கட்டையை எடுத்துக்கொண்டு அமர்ந்தனர்.

அமுதா காண்பித்த இடத்தில் அமர்ந்தாள் பொன்னி. அங்கே வரிசையாக, பாத்திரங்களில், சப்பாத்தி மாவைப் பிசைந்து வைத்திருந்தார்கள். பொன்னியின் வீட்டில் சப்பாத்தியே செய்ததில்லை. இட்லியே தீபாவளி, பொங்கலுக்குதான். அருகில் அமர்ந்திருந்த அமுதா, எப்படி சப்பாத்தியை உருட்டி, எப்படிப் போடவேண்டும் என்று சொல்லித் தர, தட்டுத் தடுமாறி வேலையை ஆரம்பித்தாள் பொன்னி.

ஆறு மணிக்கு ஸ்டடி அவருக்கான பெல் அடித்தவுடன், பகீரென்றது. இன்னும் பாதி மாவு அப்படியே இருந்தது. பழைய மாணவிகள் எல்லாம், அதற்குள் வேலையை முடித்திருந்தனர். பொன்னியைப் போல் புதிதாகச் சேர்ந்திருந்த நாலைந்து பேர் மட்டுமே, பாக்கி வைத்திருந்தனர். இவளருகில் வந்த சமையற்காரர், ''என்ன... இன்னும் பாதிக்கு மேல அப்படியே இருக்கு'' என்று மிரட்டலாகக் கூற, பொன்னிக்கு கண் கலங்கிவிட்டது.

''புதுசா இருக்கன்னு விடறேன். இனிமே லேட் பண்ணினா, இருந்து முடிச்சுட்டுதான் போகணும். அப்பறம் ஸ்டடி அவருக்கு போகமுடியாது. வார்டன்கிட்ட உதை வாங்கணும்.''

''இனிமே போட்டுருவாண்ணன்...'' என்று அமுதா கூற, ''சரி... ஓடுங்க...'' என்று கூறியபடி பொன்னியின் கையில் இரண்டு சப்பாத்தியைத் திணித்தார். வெளியே வந்தவுடன், அமுதாவுக்கு ஒன்று கொடுத்தாள்.. ஒரு துண்டை எடுத்து, தனது வாயில் போட்டுக்கொண்டாள். பரவாயில்லை. உள்ளூராக இருந்தால், தம்பி, தங்கச்சிக்கு கொடுக்கலாம்.

கொஞ்சம், கொஞ்சமாக ஹாஸ்டல் வாழ்க்கைக்கு பழக்கமாகிவிட்டாலும், மிகவும் கஷ்டமாக இருந்தது. முதலில், காலை நாலு மணிக்கே எழுந்திருக்கவேண்டியிருந்தது. குளிக்கும் இடத்தில், ஒரே கும்பல். மேலே நீளமாகக் காணப்படும் பெரிய குழாயில் அங்கங்கே ஓட்டைப் போட்டுத் தண்ணீர் வரும். பெண்கள் வரிசையாக நின்று குளிக்கவேண்டும். பணம் கட்டிப்

படிக்கும் பெண்கள், இவர்களைப் பார்த்தால், ''தள்ளுங்கடி...'' என்று இவர்களைப் பின்னால் தள்ளிவிட்டு, குளிக்கச் சென்றுவிடுவார்கள்.

பெருக்கும் வேலை, அதைவிடக் கடினமாக இருந்தது. ஒரு நாள் சரியாக பெருக்கவில்லை என்று பொன்னி மீது புகார் வந்தது. கண்டபடி திட்டிய வார்டன், மறுநாள் அவள் மட்டும் நூறு அறைகளைப் பெருக்கவேண்டும் என்று தண்டனை கொடுத்தாள். மறுநாள் நூறு அறைகளையும் பெருக்கியதில் கடுமையான முதுகுவலி. அன்று கல்லூரிக்குக் கூட போகமுடியாமல், தனிமையில் அழுதுகொண்டே அந்தப் பகல் பொழுதை ஓட்டினாள். விடுதியைப் பொறுத்த வரை, மாணவிகள் தங்கள் துணிகளை, தாங்களே துவைத்துக்கொள்ள வேண்டும். வார்டனின் பெண்ணும் அங்குதான் படித்துக்கொண்டிருந்தாள். ஒருமுறை பொன்னி துணி துவைத்துக்கொண்டிருக்கும்போது, அங்கு வந்த வார்டனின் பெண், ஒரு மூட்டைத் துணிகளை இவளிடம் போட்டாள். பொன்னி ஒன்றும் புரியாமல் விழித்தாள்.

''என்னடி முழிக்குற... சீக்கிரம் துவைச்சு வை...'' என்று கூறிவிட்டு நகர்ந்தாள்.

அருகிலிருந்த அமுதாவிடம், ''இவ துணியை நம்ம ஏன் துவைக்கணும்?'' என்றாள்.

''ஏய்... மெதுவா பேசு. அம்மா, வார்டன்ங்குற திமிரு. இப்படித்தான், திடீர் திடீர்னு வந்து, யாராச்சும் ஒருத்திகிட்ட துவைக்கப் போடுவா. இன்னக்கி உன் நேரம். நீ மாட்டிகிட்ட... பேசாம துவைச்சுக் கொடு. இல்லன்னா பாதி என்கிட்ட தா...'' என்றாள் அமுதா.

''வேண்டாங்க்கா. நானே துவைச்சுடுறேன்.'' என்ற பொன்னி வேகமாகத் துவைக்க ஆரம்பித்தாள். துவைத்த துணிகளைப் பார்த்த வார்டனின் பெண், ''என்னத்தடி துவைச்சிருக்க? கறைல்லாம் போகவே இல்ல... கடனேன்னு துவைக்கிறியா?'' என்று ஈர நைட்டியை அவள் மீது வீசியெறிந்தாள்.

பொன்னிக்கு கோபம் வர... முறைத்தாள்.

''என்னடி மொறக்கிற? ஹாஸ்டல விட்டே தூக்கிடுவேன்.''

''தூக்கிக்க...'' என்ற பொன்னி ஆத்திரத்துடன் அந்த நைட்டியை தூக்கி எறிந்தாள்.

இந்தியாவில் ஏழைகள் கோபப்படக்கூடாது என்று பொன்னிக்கு தெரியவில்லை. அதன் பின்விளைவு, அன்று மாலை தெரிந்தது. மாலை ஸ்டடி ஹாலில் படித்துக்கொண்டிருக்கும்

போது, பொன்னியின் டெஸ்க்கருகே வந்த வார்டன், ''முதல் மாடி யாரு பெருக்குனது?'' என்றார். பொன்னிக்குப் புரிந்துவிட்டது. போட்டு கொடுத்துவிட்டாள். நேரிடையாகக் கேட்க முடியாமல், வார்டன் வேறு வழியில் மடக்குகிறார்.

''நான்தான் மேடம்...'' என்று எழுந்து நின்றாள்.

''செய்ற வேலைய உருப்படியா செய்றதில்ல... இதுல ரோஷம் வேற... என்னத்தப் பெருக்கியிருக்க. நாளைக்கும் நீ மட்டும் நூறு ரூமை பெருக்கணும்...'' என்று கூறிவிட்டு வார்டன் நகர, பொன்னிக்கு வயிற்றைக் கலக்கியது. போன வாரம் நூறு அறையை பெருக்கியதில் வந்த முதுகுவலியே இன்னும் போகவில்லை. நாளைக்கு வேறு எப்படி பெருக்குவது? என்று நினைத்த பொன்னிக்கு வயிற்றைக் கலக்கியது.

மறுநாள் தண்டனை ஆரம்பித்தது. பத்து அறைகளை பெருக்கிய உடனேயே முதுகு வலி ஆரம்பித்து விட்டது. பொன்னிக்கு அழுகை, அழுகையாக வந்தது. வார்டனின் மகளை வேறு பகைத்துக்கொண்டாயிற்று. இன்னும் என்னவெல்லாம் நடக்குமோ?

இந்த பிரச்னையெல்லாம் போதாதென்று, அமுதாவின் பிரச்னை வேறு. இப்போதெல்லாம் அவள் நடவடிக்கையே சரியில்லை. எப்போது பேசினாலும், நெருக்கமாக தோளை அணைத்துக்கொண்டு பேசுகிறாள். இரவுகளில் அடிக்கடி காலைத் தூக்கி மேலே போடுகிறாள். இது தொடர்பாக தனது வகுப்புத் தோழி தாமரையிடம் சொன்னபோது, ''அய்யோ... அமுதாவப் பத்தி உனக்கு தெரியாதா? ஜாக்கிரதையா இருந்துக்கணும். அதுக்குதான் நாங்க அவகிட்ட அதிகமா வச்சுக்குறதில்ல...'' என்று அவள் காதில் கிசுகிசுக்க, ''அய்ய... அப்படில்லாம் கூட இருப்பாங்களா?'' என்று முகம் சுளித்தாள்.

இவ்வாறு பல்வேறு பிரச்னைகளில் உழன்று கொண்டிருந்த பொன்னி, ஐம்பதாவது அறையைப் பெருக்கும்போது முடிவெடுத்துவிட்டாள். செமஸ்டர் பரீட்சைக்கு முன்பாக, ஸ்டடி லீவு விடுவார்கள். அப்போது ஊருக்கு போகும்போது, உயிரே போனாலும் திரும்பி வரப்போவதில்லை. படிப்பை ஏறக்கட்டிவிட்டு, பக்கத்து டவுனில் ஏதாவது ஜெராக்ஸ் கடைக்கு வேலைக்குச் செல்லலாம்.

ஊருக்குக் கிளம்பும் போது, பொன்னிக்குச் சிறையிலிருந்து விடுதலையானது போல் இருந்தது.

வீட்டில் இவளை சந்தோஷமாக வரவேற்ற அம்மா, ''படிப்புல்லாம் எப்படி கண்ணு போகுது...? '' என்றாள்.

''ம்... பரவாயில்ல. ஆனா நிறையா வேலை செய்ய வேண்டியிருக்கு...''

''அதக் கொஞ்சம், பல்லக் கடிச்சுட்டு ஓட்டிரு கண்ணு. ஏதோ... நம்மள மாதிரி, ஏழைப்பட்டவங்களுக்கு, சும்மா படிப்பு சொல்லித் தர்றாங்கள்ல... அதுவே பெரிய விஷயமில்ல... சமாளிச்சுகிட்டு இருந்துரு தாயி''

இப்போதே அம்மாவிடம் சொல்லிவிடலாமா என்று நினைத்தாள். வேண்டாம். அம்மா சந்தோஷமாக இருக்கிறாள். ஊருக்கு கிளம்பும் தினம் நெருங்கும்போது சொல்லிக்கொள்ளலாம் என்று இருந்துவிட்டாள்.

மறுநாள் ஊர்க்கேணியில் தண்ணி பிடிக்கச் செல்லும்போது, அம்மா தோப்பு வீட்டுக்காரர் வீட்டுக்குச் சென்றார். ''நீ வெளிய நில்லு'' என்று கூறிவிட்டு வீட்டினுள் சென்றார். தெருவில் நின்றாலும், அம்மா, தோப்பு வீட்டுக்காரரிடம் பேசுவது காதில் விழுந்தது.

''பொண்ணு, ஹாஸ்டல்லருந்து வந்துருக்கா. ஒருநாளாச்சும், கறி சோறு போட்டு அனுப்பணும். ஒரு நூறு ரூபா தந்தா, அடுத்த மாசம், களை பறிக்க வர்றப்ப, கூலில கழிச்சுக்குங்கய்யா...''

''ஏன் புள்ள... உன் மவ என்ன... கலெக்டர் படிப்பு படிச்சுட்டா லீவுல வந்துருக்கா. கறி சோறெல்லாம் போட்டு, உபசரிக்குற... வந்து, தோப்புல கிடக்குற, எலதலயெல்லாம் எடுத்துப்போடச் சொல்லு. ரெண்டு படி நெலக்கடலத் தாரேன்.''

''அய்யா... சாமி... படிக்குற புள்ள கையை காப்புக் காய விடக்கூடாதுங்க. ஏதோ... குடிசைல பொறந்தாலும், மனசு கேட்கமாட்டேங்குது. அப்புறம் நான் அள்ளிப் போடறேன். கொஞ்சம் மனசு வைங்கய்யா...''

மறுநாள், வீட்டில் கறிச்சோறு. கடந்த ஆண்டு தீபாவளிக்கு பிறகு, இன்றைக்குதான் கறிசோறு சாப்பிடுகிறாள் பொன்னி. பொன்னியும், அவள் தங்கைகளும் வெளுத்துக் கட்டினார்கள். சாப்பிட்டுக்கொண்டே, அவள் ஹாஸ்டலில் என்ன சாப்பிடுகிறாள்... என்று அம்மா விசாரித்தாள்.

வெளியே திண்ணையில் உட்கார்ந்திருந்த கணவனிடம், ''யோவ் இதக் கேட்டியா? உன் மவ தினம் இட்லி, சப்பாத்தின்னு டிபன் சாப்டுறாளாம்.''

''ஆமாம்... பெரிய டிபன்...'' என்று முணுமுணுத்தாள் பொன்னி. இனி காலேஜுக்குப் போகமாட்டேன் என்று இப்போது சொல்லிவிடலாமா? வேண்டாம். எல்லோரும் சந்தோஷமாக இருக்கிறார்கள். பிறிதொரு சந்தர்ப்பத்தில் பார்த்துக்கொள்ளலாம்.

மீண்டும் ஹாஸ்டலுக்குச் செல்வதற்கு, ஒரு நாள்தான் இருந்தது. இரவு தூக்கம் வராமல் புரண்டுகொண்டிருந்தாள் பொன்னி. நாளை மாலை, அப்பா அழைத்துச் செல்வார். அதற்குள் சொல்லிவிடவேண்டும். எப்படி சொல்வது என்ற யோசனையிலேயே நீண்ட நேரம் கழித்துதான் தூங்கினாள். திடீரென்று பேச்சு சத்தம் கேட்டு விழித்தாள். சமையற்கட்டிலிருந்து அம்மாவின் குரல் கேட்டது.

''என்னய்யா... இந்நேரத்துல சமையற்கட்டுல நோண்டிகிட்டிருக்க.''

''ராத்திரி ரொம்ப கொஞ்சமாதான சாப்பிட்டேன். ஒரே பசி. அதான் கஞ்சி, கிஞ்சி இருக்கான்னு பாத்தேன்'' என்றார் அப்பா.

''ஒண்ணுமில்லையேய்யா... நாளைக்கு, கஞ்சிக்கு நல்லம்மாக் காட்டதான் கொஞ்சம் நொய்யரிசி கேட்டுருக்கேன். காலைல வா பாக்குறேன்னுருக்கு.''

''எனக்காச்சும் கொஞ்சம் கொடுத்த. நீ ஒண்ணுமே சாப்பிடாம எப்படி புள்ள இருக்க?''

''சத்தமா பேசாதய்யா... பிள்ளைங்க ஏதும் முழிச்சுக்கப் போகுது. புள்ளங்க வளர்ந்துகிட்டே வருதுல்ல.. மொதல்ல மாதிரி அரைபடி கஞ்சி காணமாட்டேங்குது. பெரியவ வேற வந்துட்டாளா? அவ ஹாஸ்டலுக்கு போயிட்டான்னா, எல்லாத்துக்கும் சரியா இருக்கும். நாளைக்கு ஒரு பகல்தான...'' என்று அம்மா கூற... பொன்னிக்குப் பகீரென்றது. அந்த அளவிற்கு இங்கு கஷ்டமா? ஒரு வாரம் கூட, இன்னொரு பிள்ளைக்குச் சோறு போட முடியாத அளவிற்குக் கஷ்டமா? இதில் நான் வேறு இங்கயே இருந்தால் என்னாவது? பேசாமல் போய்விடலாமா? ஆனால், அங்கு காத்துக்கொண்டிருக்கும் வாழ்க்கையை நினைத்தால், இதை விட கொடுமையாக இருந்தது. என்ன செய்வது என்ற குழப்பத்திலேயே தூங்கிப்போனாள் பொன்னி.

காலையில், வீட்டு வாசலில் பெரும் சத்தம் கேட்டு, கண் விழித்தாள் பொன்னி. மளிகைக் கடைக்காரர் குரல். அப்பாவிடம் ஏதோ சத்தமாகப் பேசிக்கொண்டிருந்தார்.

''வீட்டுல, கறி விருந்துல்லாம் பலமா நடக்குதுன்னு கேள்விப்பட்டேன். எனக்குக் கொடுக்கதான் காசில்லையா?''

''சாமி... ஏதோ... புள்ள, ஹாஸ்டல்லயிருந்து வந்துருக்கேன்னு, கடன் வாங்கி, ஆக்கி போட்டன்ய்யா...''

''அது எக்கேடோ கெட்டுப் போங்க. என் காச எடுத்து வச்சுட்டு, கறிசோறு தின்னுங்க.. மீன் சோறு தின்னுங்க... யார் கேட்கப்போறாங்க?''

கடனை வைத்துக்கொண்டு, கறிசோறு தின்றது, மாபெரும் குற்றமாகப் பார்க்கப்பட்டது.

பொன்னி எழுந்து வெளியே வந்தாள். அக்கம், பக்கத்திலிருந்து கும்பல் சேர ஆரம்பித்தது.

ராசையண்ணன் மட்டும் முன்னே வந்து, ''என்னண்ணன்... காலைலயே சத்தம் போட்டுகிட்டு?'' என்றார் மளிகைக் கடைக்காரரிடம்.

''மூணு மாச மளிகைக் கடன், 800 ரூபாய் நிக்குது. நானும் தினம் கேட்டுகிட்டிருக்கேன். இதோ தர்றேன்... அதோ தர்றேன்னு நாளு ஓடிகிட்டேயிருக்கு.''

''கொஞ்ச நாளா, வயல் வேல சரியா இல்லண்ணன்... அதான் பேசாம, அடுத்தமாசத்துலயிருந்து, கட்டட வேலைக்கு போலாமான்னு யோசிச்சுகிட்டிருக்கேன்'' என்றார் அப்பா.

''ஆமாம்... நாளைக்கு நீ கட்டட வேலைக்குப் போயி, கொத்தனார் வேலைப் பாக்குற வரைக்கும் நான் உக்காந்துருக்கணுமா? சரக்குல்லாம் யாரு... உன் தாத்தனா தர்றான்.''

அம்மா திண்ணையில் உட்கார்ந்து அழுதுகொண்டிருந்தாள்.

''நான் தந்துரன்யா... கொஞ்சம் பொறுத்துக்குங்க...''

''தினம் கேக்குறன்னுட்டு, கொஞ்சமாச்சும் வெக்கம், மானம் வேணாம்... சோறு திங்கிறியா... இல்ல பீ திங்கிறியான்னு தெரியல...''

''அண்ணன்... கொஞ்சம் மரியாதையா பேசணும்'' என்றார் அப்பா கோபத்தை அடக்கிக்கொண்டு.

''அடங்கொப்புரான... சாருக்கு மரியாதை கேட்குதாமே... என் காச எடுத்து, முதல்ல வைய்யி. அப்புறம் சார, சேர் போட்டு உக்கார வைக்குறேன். வாங்குன கடனக் கொடுக்க வக்குல்ல... மரியாதையாப் பேசணுமாம். ....ல பேசணும்'' என்று அவர் ஒரு கெட்ட வார்த்தையை உதிர்க்க... அப்பா, ''டேய்... மரியாதை பேசுடா... ரொம்ப பேசுனா, அப்புறம் நான் மனுஷனா இருக்கமாட்டேன்...'' என்று கையை நீட்டிக் கத்த... மளிகைக் கடைக்காரர், ரௌத்திரமானார்.

''கையை நீட்டுறியாடா... அடிச்சுடுவியா... எங்க... அடிரா பாக்கலாம்?'' என்று கூற, அப்பா மௌனமானார்.

''அட... அடிராங்கறேன்.'' என்றபடி அவர், அப்பாவின் கன்னத்தில் ஓங்கி அறைய... ஏற்கனவே பலவீனமாக நின்றிருந்த அப்பா, பொத்தென்று கீழே விழுந்தார். ''அய்யா... சாமி....'' என்று அலறியபடி அம்மா, அப்பாவை நோக்கி ஓட... பொன்னியும், தங்கைகளும் அழுதபடி, அப்பாவினருகில் சென்றனர்.

விழுந்த வேகத்தில், அப்பாவின் வேட்டி, அவிழ்ந்து விழுந்திருந்தது. உள்ளே, ஓட்டை அன்ட்ராயர். அம்மா, ''சாமி... என் சாமி...'' என்று அழுதபடி, அப்பாவின் வேட்டியை இழுத்து மூடினார். ராசையன் அண்ணன் ஓடி வந்து, அப்பாவை தூக்கிவிட.... அப்பா எழுந்திருக்காமல், அப்படியே தரையில் உட்கார்ந்துகொண்டார். அப்பாவின் கன்னமெங்கும் செம்மண் அப்பியிருக்க... பொன்னி, அப்பாவைக் கட்டிக்கொண்டு அழுதாள்.

ராசையன் மளிகைக் கடைக்காரரை நெருங்கி, ''விடுங்கண்ணன்... ஏதோ கோபத்துல பேசிபுட்டான். அடுத்த மாசம், மொத்தத்தையும் கொடுத்துடுவான். அதுக்கு நான் ஜவாப்பு. நீங்க போங்க...'' என்று கூற, அவர் அடங்கினார்.

''அடுத்த மாசம், முத வாரத்துக்குள்ள, என் காசு வரல.... கட்டியிருக்குற அன்ட்ராயர் வரைக்கும் உருவிட்டு போயிடுவேன்...'' என்று குரல் கொடுத்தபடி நகர்ந்தார்.

ராசையண்ணன், அனைவரையும் எழுப்பி, வீட்டுக்குள் கொண்டு வந்து விட்டார். அம்மா, அப்பாவின் தோளில் சாய்ந்து கொண்டு அழ... பிள்ளைகள், அம்மாவின் இடுப்பைக் கட்டியபடி அழுதனர்.

பொன்னி, சற்று சத்தமாகவே அழ... அப்பா அவளை கட்டிப்பிடித்துக்கொண்டு, ''அழாத கண்ணு... நீதான், இந்தக் குடும்பத்தோட குல தெய்வம்.... பாத்தீல்ல... நல்லா படிச்சு, முன்னுக்கு வரணும். நல்ல வேலைக்குப் போகணும். தங்கச்சிங்களுக்கு எல்லாம், என்னை மாதிரி கூலிக்காரனுக்குக் கட்டித் தராம, நல்ல இடமா கட்டித் தரணும்.... வயசான காலத்துலயும், நாங்க கூலி வேலைக்கு அலையாம, எங்கள உக்கார வச்சு சோறு போடணும். செய்றியா கண்ணு...'' என்றபடி அப்பா அழ... ''செய்றன்ப்பா... செய்றன்...'' என்ற பொன்னியின் குரலில், உறுதி தெரிந்தது.

அன்று மாலை, அப்பாவுடன் ஹாஸ்டலுக்கு கிளம்பினாள் பொன்னி.

-உயிரோசை இணைய இதழ்

▲